AF759078

# கூடிப்பேசும் பூக்கள்

மா. சுரேஷ்

அறம் பதிப்பகம்

**கூடிப்பேசும் பூக்கள் (சிறுகதைகள்)**
**மா. சுரேஷ்**
உரிமை: ஆசிரியருக்கு

முதல் பதிப்பு: பிப்ரவரி 2021

வெளியீடு:
அறம் பதிப்பகம்,
3/582, முல்லைத் தெரு,
கஸ்தூரிபாய் நகர், TNHB எதிரில்,
முள்ளிப்பட்டு கிராமம் & அஞ்சல்
ஆரணி வட்டம்,
திருவண்ணாமலை மாவட்டம் – 632316
தொடர்புக்கு: 9150724997
மின்னஞ்சல்: arampublication50@gmail.com

பக்கங்கள்: 102
விலை: ரூ. 130

**ISBN: 978-81-950502-5-3**

**Koodipesum pookkal** (Short stories)
M. Suresh ©

First Edition: February, 2021

Published by: Aram Publication
Address:
No. 3/582, Mullai street,
Kasthuribai nagar,
Mullipattu village & post
Arani Taluk - 632 316
Tiruvannamalai Dt, Tamil nadu

Contact Cell No: 9150724997
e-mail: arampublication50@gmail.com

Pages: 102
Price : INR 130

எத்தனை...?
எத்தனையோ...
என்னை ஏற்றிவிட்ட
ஏணிகள்...!

அவைகளில்
உணவுக்கு உத்தரவாதமளித்தவன்
ச. ரமேஷ்பாபு.

டேய் ரமேஷ்
இந்த நூல் உனக்கு!

# பதிப்புரை

**எ**ழுத்தாளர், கவிஞர், பட்டிமன்ற பேச்சாளர், பாடகர், சட்ட ஆலோசகர், உளவியல் ஆலோசகர் என பன்முகத் தன்மையும் பன்முக ஆளுமையும் கொண்டவர் திரு. மா. சுரேஷ் அவர்கள்.

அவர் எழுதிய கூடிப் பேசும் பூக்கள் புத்தகத்தை வெளி யிடுவதில் உள்ளபடியே அறம் பதிப்பகம் பெருமை கொள் கிறது.

மா. சுரேஷ் அவர்கள் வாசகனை கதையின் முதல் வாக்கி யத்தில் இருந்தே கைபிடித்து கதையோடு கூட்டிச் செல்லும் வித்தையை நிகழ்த்துகிறார், இந்த புத்தகத்திலும்.

இந்த கதை தொகுப்பில் உள்ள பெரும்பாலான கதைகள் உண்மைச் சம்பவங்களின் தொகுப்பு என ஆசிரியர் ஒருமுறை தொலைபேசியில் பேசும்போது பகிர்ந்த நினைவு.

கதையும் கதைமாந்தர்களும் கதையில் வரும் மரங்களும் இந்த கதையை நீங்கள் முழுதும் படித்த பின் உங்கள் எண் ணத்தை, கவனத்தை, நெஞ்சத்தை முழுவதும் கொள்ளை கொள்வார்கள்.

நானும் இந்த கதையை படித்து முடித்தபின் இந்த கதையில் வரும் சிறுமிகளும், மரங்களும், சில இரவுகள் என்னோடு உரையாடினார்கள் கனவில். உங்களோடும் இவர்கள் உரையாடு வதை நான் பெரிதும் விரும்புகிறேன்.

இந்த புத்தகம் மாணவ மாணவிகளுக்கும் பள்ளி கல்வி நிகழ்வுகளிலும் பரிசளிக்க ஏற்ற புத்தகம்.

அவ்வாறு பரிசளிக்கும் போது சமுக அக்கறை உள்ள மாணவ சமுகத்தை வளர்த்தெடுக்கும் பணியை கூடிப் பேசும் பூக்கள் மிகச் சிறப்பாக செய்யும் என்ற நன்நம்பிக்கையில் அறம் பதிப்பகம் இந்த புத்தகத்தை வெளியிடுகிறது.

இதை சிறப்பாக வடிவமைத்த ஜீ. முருகன் தோழருக்கு எனது முதற்கண் நன்றிகள். நவீன பாணி அட்டைப்படம் அவருடையது. அதற்கும் அவருக்கு நன்றி. அச்சிட்ட துர்கா அச்சகத்துக்கும் நெஞ்சார்ந்த நன்றி.

பதிப்பு துறையில் இயங்க வாய்ப்பளித்துக் கொண்டிருக்கும் பிரபஞ்சத்துக்கும், அருட்பேராற்றலுக்கும் நெஞ்சார்ந்த நன்றி.

அறம் பதிப்பகத்துக்காக

**மா. அமரேசன்**

# வாழ்த்துகிறேன்

**சமூக சேவகர் லயன் சி.ஜோஷ்வா,**
M.Com.,M.S.W.,PGDPR.
*சத்துவாச்சாரி, வேலூர்.9*

'கூடிப்பேசும் பூக்கள்' வசீகரமான தலைப்பு.

பூக்கள் எப்படி ஒன்றாய் கூடிப் பேசும்? – இந்த நாவலை வாசித்து முடிக்கும் முன்னரே புரிந்து கொண்டேன் . நல்லனவற்றைச் செயல்படுத்த நல்ல உள்ளம் கொண்ட குழந்தைகள் ஒன்றாய கூடிப் பேசுவதை நண்பர் மா.சு. அப்படிக் குறிப்பிட்டிருக்கிறார்.

நெஞ்சில் நீங்காமல் நினைவிருக்கிறது...

நடுநிலைப் பள்ளி நாட்கள் தொடங்கியது முதல் கல்லூரி வாழ்க்கை முடியும் வரை எனது எல்லாக் குறிப்பேடுகளிலும் சர்வதேச அளவில் புகழ் பெற்ற ஒரு ஜெர்மானியப் பழமொழியை ஆங்கிலத்தில் எழுதி வைத்திருப்பேன். அது... இதுதான்.

"செல்வத்தை இழப்பின். இழப்பேதுமில்லை;

சுகாதாரத்தை இழப்பின், ஏதோ ஓர் இழப்பு;

நற்குணத்தை இழப்பின், சகலமும் இழப்பே...!"

என்னை நானே நெறிப்படுத்திக் கொள்ள இந்த ஜெர்மானிய முதுமொழியை எனது பார்வையில் தினமும் படும்படியாக எழுதி வைத்துக் கொண்டேன்.

இந்த நாவலில் வருகின்ற குழந்தைகள் நன்னெறியோடு நடந்து கொள்வதும், மனமுதிர்ச்சியோடு செயல்படுவதும் என்னை நெகிழ வைத்து விட்டன.

இக்கதையில் வரும் யாழினி கற்பிக்கிறாள்;

கொடிமலரும், வந்தனாவும், ஒன்று சேர்கிறார்கள்;

பூந்தளிர் புரட்சி செய்கிறாள்...!

ஒரு தலைமுறைக்கு மாத்திரமல்ல. ஒரு யுகத்துக்கே தேவையான மானுட செய்தியை இந்த நூலில் சொல்லி இருக்கிறார் நண்பர் மா.சு.

என்னைப் போன்ற சமூக ஆர்வலர்களுக்கு இந்த நாவல் ஒரு 'கப் பூஸ்ட்'!

மகிழ்ச்சி எங்கே, எப்படிக் கிடைக்கிறது...?

தன்னிடம் இல்லாத ஒன்றை, ஒருவன் அடைகின்ற போது மகிழ்ச்சி கிடைத்துவிடுவதாக சிலர் நினைக்கக் கூடும்...!

ஆனால், மகிழ்ச்சியாக இருக்க வேண்டும்; இந்தச் சமூகத்தின் நலன் செழிக்க வேண்டும் என்கிற சிந்தைகளிலும் மகிழ்ச்சி மறைந்து கிடக்கிறது!

அதற்கும் மேலாக... கொடுத்தல்–பகிர்தல்–நேசித்தல் இவற்றிலும் மகிழ்ச்சியானது ஒளிந்தும் ஒளிர்ந்தும் இருக்கிறது...!

இந்தப் பிரபஞ்ச நிஜத்தை வலுவாகத் தனது நாவலில் பதிவு செய்திருக்கிறார் நண்பர் மா.சு.

எழுது கோல் பிடிக்கும் அவரது விரல்களுக்கு எனது வாழ்த்து வலு சேர்க்கட்டும்...!

வாழ்வது ஒருமுறை! வாழ்த்தட்டும் தலைமுறை!!

நேசமுடன்,

**சி.ஜோஷ்வா.**

# நிச்சயமாய் நம்புகிறேன்.

**எ**ழுதி முடித்த பிறகு கூட அல்ல... எழுதியதை மறுவாசிப்பு செய்தபோது மகிழ்ச்சியும், மனநிறைவுமாய் இருந்தது எனக்கு!

அடி மனதில் தேங்கி இருந்த ஏக்கத்தை எழுத்தாக்கி விட்டோமே என்கிற திருப்தி.

மனித சமூகம் தனக்கான சவக்குழியைத் தானே விரைவாய் வெட்டிக் கொள்கிறதே என்று பல சமயங்களில் நான் யோசிக்கிறேன்.

யோசனை கவலையாகவும், கவலையே சில நேரங்களில் பீதியாகவும், என் மனம் முழுக்க நிரம்பி என்னை ஆட்டிப் படைத்த தருணங்களும் உண்டு.

எனது யோசனை–கவலை–பீதி இவை யாவுமே இந்த பூமிப் பந்தின் மீது உலவிக் கொண்டிருக்கும் உயிர்களைப் பற்றியதாக – குறிப்பாக மானிட சமூகத்தின் எதிர்காலத்தைப் பற்றியதாகவே இருக்கிறது.

'விஞ்ஞான முன்னேற்றம்' என்கிற பெயரில் தனது சுயநலத்துக்காக மனித இனம் இயற்கைக்கு எதிராக நிகழ்த்தும் அட்டூழியங்கள் என்னை அழ வைத்திருக்கின்றன.

இன்று தண்ணீர்கூட விலை கொடுத்து வாங்கப்படும் வஸ்தாக மாற்றி சந்தைப்படுத்தப்பட்டுவிட்ட அவல நிலை.

'எல்லாவற்றையும் காசாக்கிட வேண்டும்' என்கிற மனிதனின் முட்டாள்தனமான பேராசையைத் தவிர வேறு எதுதான் இந்த அவலத்திற்குக் காரணமாக இருக்க முடியும்?

அது சரி... விஞ்ஞான கண்டுபிடிப்புக்கள் வரமா? சாபமா?

இரண்டும்தான்!

மனிதன் தனது கண்டுபிடிப்புக்களை எந்த நோக்கத்திற்காகப் பயன்படுத்துகிறான் என்பதைப் பொறுத்தே அவை வரங்களா அல்லது சாபங்களா என்பதைத் தீர்மானிக்க இயலும்.

இயற்கைக்கு எதிரான மனித அட்டூழியங்களில் ஒன்றுதான்

‘நகரமயமாக்கல்’ என்கிற பெயரில் மரங்களை வெட்டிச் சாய்க்கும் ‘காட்டுமிராண்டித்தனம்’

அந்தப் ‘பாவச் செயலுக்கான’ எதிர் விளைவைத்தான் இப்பொழுது மனிதன் வேதனையோடு அனுபவிக்கத் தொடங்கி இருப்பது! எந்த எதிர்விளைவு...?

அதுதான் ‘உலக வெப்பமயமாக்கம்’

மரங்களை வெட்டிச் சாய்த்துவிட்டு வெப்பமயமாதலைப் பற்றி வேதாந்தம் பேசுவதும், காட்டழிப்பு (Deforestation) நடப்பதற்குச் சமமாய் காட்டாக்கம் (Afforestation) செய்யப்படாததும் போன்றவைதான் இந்தப் பிரபஞ்சத்தின் பருவநிலை மாற்றத்தின் சமனற்ற தன்மைக்கான காரணிகளில் சில.

இதைக் குறித்துத்தான் நான் நமது இளைய தலைமுறைக்கு எனது படைப்பின் மூலமாக முரசறைந்திருக்கிறேன்!

இந்த நாவலில் ஒரே ஒரு இடத்தில் கூட இளைய தலைமுறைக்குக் கடுமையாய் இருக்கும் வார்த்தைகளை நான் கையாளவே இல்லை. காரணம் ஒன்று – அடிப்படையிலேயே நான் ஒரு மொழி ஆசிரியன். அடுத்து – எளிமையே அழகு! எளிமையே சுவை! எளிமையே சுகம்! என்பதால்.

கதையின் – நாவலின் – கட்டுமானத்தை வடிவமைப்பதில் எனக்கு அனுபவப் போதாமை இருக்கக்கூடும். ஆனால் இந்தக் கதை மாந்தர்கள் இன்ன நடத்தை உடையவர்களாக இருந்தால் (ஒருவேளை இருந்தால்) மானுட சமூகம் எந்த அளவுக்குப் பண்பட்டு, ‘முதிர்ச்சி நடத்தை’ அடையும் என்கிற எனது பேரவாவை இதில் பதிவு செய்திருப்பதில் நான் பிழை செய்தவன் அல்லன்.

அந்த திருப்தி போதும் எனக்கு!

சுமார் இருபது ஆண்டுகளுக்கு முன்பு...

திருமதி.சு.செல்விகாந்தி அவர்கள் எனக்கு வாழ்க்கைத் துணைநலமாய் கிடைக்காமலும், அவர்கள் வழியாக சு. தென்றல் மற்றும் சு. புன்னகை புத்தன், இருவரும் எனக்கு மக்கட்பேறாய் வாய்க்காத நாட்களில்... நான் செல்போனைக் கண்ணால்கூட காணாத காலத்தில் எழுதியது இந்த நாவல். அச்சுக்குக் கொண்டுவர இயலாமல் இதைப் பரண்மீது வீசி–

விட்டேன். கால ஓட்டத்தில் எத்தனையோ மாற்றங்கள்!

இதோ... இப்போது அறம் பதிப்பகம் இதை அச்சாக்கி நூலாய் சமைத்து உங்கள் கைகளிலே ஒப்படைத்திருக்கிறது. அறம் பதிப்பகத்தின் இந்தச் செயல்கூட தனிமனித சிந்தனையை, எழுத்தை சமூகமயமாக்கும் ஓர் அறச்செயல்தானே. அதற்காகவே 'அறம்' நிறுவனர் திரு.மா. அமரேசன் அவர்களுக்கு நன்றி சொல்ல வேண்டும்.

எனது எழுத்தின் முதல் வாசகனும், கணினி அச்சடித்து பதிவேற்றியவனுமாகிய எனது நேசத்துக்குரிய அன்பன் Lion S. G. மோகன்குமார் M.A.,B.Ed. அவர்களுக்கு எனது நெஞ்சம் நிறைந்த நன்றிகள்...

அடுத்ததாக எனது நாவலுக்கு, பெயரளவில் வாழ்த்துக் கூறாமல் பேனா பிடித்து வாழ்த்துரை வழங்கி இருக்கும் எனது நண்பர், சமூக சேவகர், லயன். திரு. சி. ஜோஷ்வா M.Com.,M.S.W.,PGDPR அவர்களுக்கு நான் நன்றி கூறப் போவதில்லை.

என்னை வாழ்த்த வேண்டியது அவரது கடமை, கடமைக்கெல்லாமா நன்றி சொல்லிக் கொண்டிருப்பது!?

இறுதியாக ஒன்று.

இந்த நாவலின் சிறப்பு எது?

தெரிந்தோ தெரியாமலோ எனது நாவலில் எந்த ஒரு இடத்திலும் நான் உபதேசம் செய்யும் வேலையில் ஈடுபடவே இல்லை.

இதை வாசிக்கும் வாசகர்கள் என்ன செய்ய வேண்டும் என்று நான் விரும்புகிறேனோ அதை அவர்கள் தானாகச் செய்வார்கள். இது எனது நிச்சயமான நம்பிக்கை.

நன்றி

மாறாத அன்புடன்

**மா.சுரேஷ்**

எண். 4, புதுகாலனி, முதல் தெரு,
திருநகர், காட்பாடி,
வேலூர். 632006
கைபேசி: 9940746636

## உள்ளே...

# கூடிப்பேசும் பூக்கள்

## 1

**சி**ந்திக்க சிந்திக்க கொடிமலருக்குத் தூக்கமே வரவில்லை. சிந்தனையே செய்யாமல் கண்மூடித் தூங்கலாமே என்றாலும் முடியவில்லை. யோசனையே செய்யாமல் வெறுமனே விட்டு விடக் கூடிய விஷயமா அது?

எல்லா பிரச்சினைகளுக்கும் தீர்வுகள் உண்டுதான்! ஆனால் நிரந்தரமான தீர்வுகள் கிடைப்பதுதான் சிரமம்.

கொடிமலரும், வந்தனாவும் இன்று மாலை சந்தித்துப் பேசிக்கொண்ட விஷயம் அது.

விடிந்தால் வந்தனாவும், கொடிமலரும் மாவட்டக் கலெக்டரை அவரது அலுவலகத்தில் சந்தித்துப் பேசத் தீர்மானித்திருக்கிறார்கள். இருவரும் பள்ளி மாணவிகள்தான். தங்களது திட்டம் பலிக்குமா இல்லையா என்பது பற்றி இருவரும் நெடுநேரம் பேசிவிட்டுத்தான் ஒரு முடிவு எடுத்திருக்கிறார்கள். எப்படியும் கலெக்டரை சந்தித்தே ஆக வேண்டும். இந்தப் பிரச்சினைக்கு ஒரு நல்ல முடிவு கிடைக்காமலா போய்விடும்?

இந்த யோசனையைச் சொன்னதே கொடிமலர்தான். ஆனால் அதை கலெக்டர் ஏற்றுக் கொள்ள வேண்டுமே! மனசு முழுக்க இதே சிந்தனை, சிந்தனை, சிந்தனை! எல்லாம் இந்த படிப்பறிவு இல்லாத மக்களை தவறான வழியில் திசை திருப்பி நடத்திச் செல்லும் சில சுயநலமிகளால் வந்த பிரச்சினை!

அந்தப் பிரச்சினை...?

பைபாஸ் சாலையை ஒட்டி இருக்கும் அந்த இடம் நெடுஞ்சாலைத் துறைக்குச் சொந்தமானது. சாலையின் போக்குவரத்துக்கு இடைஞ்சல் இல்லாமல் ஒதுக்குப்புறமாக இருந்தது அது. ஒரு வேளை நெடுஞ்சாலைத்துறை, சாலையை விரிவுபடுத்தினாலும் கூட அதற்கு முழுமையாகத்

தேவைப்படாத அளவுக்குப் பெரிய இடமாக இருந்தது.

பிரச்சினை என்ன என்றால் இறந்துபோன தலைவர் அருமைநாயகத்திற்குச் சிலை வைக்க வேண்டும். அதற்காக தலைவரின் அபிமானிகளும், தொண்டர்களும் அந்த இடத்தில் கம்புகளை முதலில் ஊன்றி பிறகு ஓலை குடிசை போட்டுப் பிடித்து வைத்துக் கொண்டார்கள்.

இடத்தை உடனே காலி செய்ய வேண்டும் என்பதும் அந்த இடத்தில் சிலை வைக்க அரசாங்க அனுமதி கிடையாது என்பதும் மாவட்டக் கலெக்டரின் உத்தரவு.

தலைவரின் சிலை வைக்க அனுமதி வழங்காவிடில் சாலை மறியல் நடத்துவோம் என்பது தொண்டர்களின் மிரட்டல். இது சட்டம் ஒழுங்கு பிரச்சினையாகி விட்டதே என்பது கலெக்டரின் கவலை.

தவறாமல் செய்தித்தாளை வாசித்து வரும் கொடிமலரும், வந்தனாவும் இது குறித்து விரிவாக விவாதித்துக் கொண்டார்கள்.

சுற்றுச்சூழல் சிந்தனை வளர வேண்டிய கால கட்டத்தில் காக்கைகளின் கழிப்பிடமாய் கருப்புச் சிலைகளை வைப்பதைப் பற்றி பேசும் இந்த புத்தி வலுவில்லாத கூட்டத்தைப் பற்றி வெட்கப்பட்டாள் கொடிமலர்.

சிலை வைக்க அனுமதி மறுத்தால், சாலை மறியலாம், வன்முறையாம். இப்படியா சுவரொட்டி அச்சிட்டு தெருவெங்கும் ஒட்டுவது! ச்சே... இந்த மனநோயாளிகளின் கூட்டத்தை யார்தான் குணப்படுத்த முடியும்?

காலையில் கலெக்டரைப் பார்த்தாக வேண்டும். வந்தனாவும் இதற்கு ஒப்புக் கொண்டு விட்டாள். கொடிமலருக்கு மனசு முழுக்க நம்பிக்கையாய் இருந்தது. விழிகளை மட்டுமே மூடி இருந்தவள், விடியலுக்காகக் காத்திருந்தாள்.

## 2

''ஐ... ஏதுடி இந்த வெள்ளை ரோஜா?'' – என்று யாழினி–யிடம் கேட்டாள் பூந்தளிர்.

''எங்க வீட்டு பூத்தொட்டியில் பூத்தது பூந்தளிர்''– என்றாள் யாழினி.

''ப்... பா... எவ்வளவு அழகா இருக்கு ரொம்ப நன்றி யாழினி''– பூந்தளிர் சொன்னாள்.

''நன்றி எல்லாம் இருக்கட்டும் நீ என்ன இப்படி செஞ் சுட்டே?...

''என்ன சொல்ற?''

''என்ன சொல்றியாவா... பொங்கலுக்குச் சுடிதார் எடுக்கறதுக்காகக் கொஞ்ச கொஞ்சமா சேத்து வச்ச பணத்தை இப்படி செஞ்சுட்டியே நியாயமா?''– என்றாள் யாழினி.

அந்த நாள்...

மனசு முழுக்க நிம்மதியாய் இருந்தது பூந்தளிருக்கு.

தன்னால் கூட இப்படி ஒரு நல்ல செயலை செய்ய முடிந்ததே என்கிற திருப்தி அவளுக்கு. சுயநலத்துக்காகச் சேமித்த பணம் பலரின் பொது நலத்துக்காக – துயர் துடைப்புக்காக பயன்பட்டதில் அவளுக்குச் சொல்ல முடியாத ஆனந்தம்.

எண்ணிப்பார்த்ததில் ஐநூற்றிப் பதிமூன்று ரூபாய் இருந்தது. சிறுகசிறுக சேமித்த பணம் பொங்கலுக்கு சுடிதார் எடுத்துக்கொள்ள வேண்டும் என்பதற்காகச் சேமித்த பணம். அதற்காக அவள் எத்தனை நாள் முதுகு வலிக்க அம்மாவோடு உட்கார்ந்து மாலை நேரங்களில் பீடிக்கு லேபிள் ஒட்டி–யிருப்பாள்.

பொங்கலுக்கு சுடிதார் எடுத்து உடுத்திக் கொண்டு, யாழி–னியோடு சேர்ந்து, கண்காட்சிக்கு போய்வர வேண்டும், என்றும் கண்காட்சியில் ராட்சத ராட்டினத்தில் உட்கார்ந்து சுற்றிவிட்டு வரவேண்டும் என்றெல்லாம் திட்டமிட்டிருந்தாள்.

இனி அது முடியாது.

ஓயாத மழையும், ஊதக்காற்றுப் புயலும், ஒரிசா மாநிலத்தைச் சீர்குலையச் செய்திருந்தன. வெள்ளத்தின் காட்சியும், வீடிழந்த மக்களின் நிலையும், செய்திகளாகப் பேசப்பட்டன. பார்க்கும் இடமெங்கும் பசுக்களும், ஆடுகளும், உயிரற்ற உடலாய்

மிதப்பதாகவும், காணாமல் போனவர்களின் எண்ணிக்கை கணக்கில் அடங்கவில்லை எனவும் தொலைக்காட்சி செய்தி வாசித்தது.

ஒரிசா புயல் நிவாரணத்திற்குத் தாராளமாக நிதி வழங்க வேண்டி தமிழக அரசும், தன்னார்வ நிறுவனங்களும் அறிக்கை வெளியிட்டு நிதி திரட்ட ஆரம்பித்தன.

பூந்தளிர் படிக்கும் பள்ளியில், ஆசிரியர்களும், மாணவர்களும் இயன்ற அளவு பண உதவி செய்ய முன்வர வேண்டும் என்று சுற்றறிக்கை அனுப்பி இருந்தார் தலைமை ஆசிரியர்.

பூந்தளிருக்குச் சந்தோசமாக இருந்தது. அவள் கொடுத்த பணத்தைப் பெற்றுக் கொண்ட தலைமை ஆசிரியர் அவளை உள்ளன்போடு பாராட்டி வாழ்த்தினாரே... அந்த வாழ்த்துக்கு எதை விலையாக கொடுக்க முடியும். அவள் நினைத்து நினைத்து சந்தோஷப்பட்டாள்.

தன் மனதில் கூட இப்படிப்பட்ட நல்ல எண்ணம் இருக்கிறது என்று நினைத்துக் கொண்டாள்.

தன்னால் இப்படி ஒரு நல்ல முடிவு எடுக்க முடிந்ததே என்று அவளுக்கே அவள் மீது பெருமையாக இருந்தது.

தான் செய்தது தவறு என்றோ, பொங்கலுக்குச் சுடிதார் எடுத்துக்கொள்வதற்காகச் சேமித்த பணத்தை நிதியாக வழங்கி விட்டோமே என்றோ எந்த விதமான வருத்தமும் அவள் மனதில் ஏற்படவில்லை.

ஆனால்... அம்மாவிடம் ஒரு வார்த்தை கேட்டிருக்கலாமே! அம்மாவிடம் கேட்காமல் முடிவு எடுத்தது தவறோ?

அம்மாவைப் பற்றி யோசிக்கும்போது மட்டும் அவளுக்கு மனதில் ஒரு சங்கடம் ஏற்பட்டது.

பசையும், பட்டை லேபிளும் வாழ்க்கையாகிப் போன பீடி ஒட்டும்தொழில்.

ஒட்டி முடித்து, கட்டாகக் கட்டி, கணக்கு கொடுப்பதற்காகக் கூடையில் அடுக்கி, தலையில் சுமந்து பீடி மண்டிக்குப் போய்

வந்தால்தான் அன்றையதின சாப்பாடு.

பணம் சேமித்தது அம்மாவுக்குத் தெரியாது. அதனால் அம்மாவிடம் சொல்லாமல் விட்டு விட முடியுமா என்ன? இதை அம்மா கேள்விப்பட்டால் என்ன சொல்வாள்? நல்ல காரியத்திற்காக அடிவாங்கிக் கொள்ளலாம் என்கிற துணிவும், அம்மாவிடம் மறைத்து விட்டோமே என்கிற பயமும் மாறி மாறி ஏற்பட்டது அவளுக்கு.

இப்போதைக்கு அம்மாவிடம் சொல்ல வேண்டாம் என்று அமைதியாக இருந்து விட்டாள் பூந்தளிர்.

''அது நடந்து முடிந்த கதை யாழினி. இப்ப ஏன் அதப்பத்திபேசிக்கிட்டு...?''– என்றாள் பூந்தளிர்.

''என்னடி உனக்கு வருத்தமே இல்லையா?'' – யாழினி கேட்டாள்.

''எதுக்காக வருத்தப்படணும் யாழினி? என் ஒருத்திக்காகத் துணி எடுத்து, போட்டு, பொங்கல் அன்னைக்கு அழகு பாத்திருப்பேன். அந்த ஒரு நாளோட என் சந்தோஷம் முடிஞ்சி போயிருக்கும். ஆனா இது அப்படியா... நிதி குடுத்தது எம் மனசுக்கு எப்பவும் நிம்மதிய குடுக்கும்.''

''ஏதோ ஆறுதலுக்காக பேசறியா பூந்தளிர்?''

''இல்ல நிச்சயமா இல்ல. உன் வீட்டு பூத்தொட்டியில மலர்ந்த வெள்ள ரோஜாவ எனக்கு குடுத்தியே... அதுல உனக்கு ஒரு வகையான சந்தோஷம் இல்லையா? அது போலத்தான் இதுவும்.''

''எப்படி சொல்ற?''

''பிறருக்கு நாம நல்லது செய்யும்போது, நம்ம மனசும் இந்த ரோஜாப்போல தான் – வெள்ளையா மலர்ந்து சந்தோஷப்படும். அந்த மகிழ்ச்சிக்கு இணை எதுவுமே இல்ல யாழினி. இதை எல்லாம் சொன்னாப் புரியாது. நெஜமாவே செயல் செஞ்சி அனுபவிக்கணும்.''

''எம்மேல கோவப்படாத பூந்தளிர், இன்னும் மூணு நாள்ள பொங்கல் வருதே உனக்கு இன்னும் துணி எடுக்கல,

நீயும் சேத்து வச்ச பணத்தை எல்லாம் கொடுத்து தீத்துட்ட... அதனால தான்.''

''அதப்பத்தி நான் கவலைப்படல யாழினி. கடவுள் இருக்கார்.''

## 3

ஊரின் மையப்பகுதியில் இரண்டு புளியமரங்கள் இருந்தது. ஒரு தனிச் சிறப்பான விஷயம். கடவுளால் படைக்கப்பட்ட பெரிய குடைகளைப் போல நிழலை வாரித்தரும் வள்ளல்களைப் போல இருந்தன அவைகள்.

அந்த புளியமரங்களுக்கு அந்த ஊர் மக்களைப் போலவே ஒரு வரலாறு உண்டு. வலது பக்கமாய் இருந்த புளியமரத்துக்கு கீழ்தான் இரும்புக் கொல்லரின் பட்டரை.

ரெட்டை மாட்டு வண்டிச் சக்கரங்களுக்கு அந்தப் பட்டரையில் தான் இரும்பு பட்டை காய்ச்சி தட்டி பொருத்தமாகச் செய்து போடுவார்கள். அந்த பட்டரைக்கு அருகில் எப்போதும் திருநீரைக் கொட்டி வைத்த மாதிரி வெண்ணிற சாம்பல் இருந்து கொண்டே இருக்கும்.

அந்த பட்டரைக்குச் சொந்தக்காரரான முனியன் தாத்தா ஓய்வாக உட்கார்ந்து கொண்டிருப்பதை பார்க்க முடியாது. எப்போதும் ஏதாவது ஒரு வேலை செய்து கொண்டே இருப்பார். முனியன் தாத்தா பட்டரை என்றால் யாருக்கும் தெரியாது. ஊதாங்கோல் தாத்தா பட்டரை என்றால் எல்லோருக்கும் புரியும். முனியன் தாத்தாவின் மனைவி பெயர் சின்னதாயி.

முனியன் தாத்தாவுக்கு ஊதாங்கோல் என்று பெயர் வந்ததற்குக் காரணம், ஒரு முறை சின்னதாயி பாட்டி தாமதமாகச் சோறு கொண்டு வந்தாராம். அதற்காக தாத்தா கோபப்பட்டு பாட்டியை அடித்திருக்கிறார். வலி பொறுக்காத பாட்டி பக்கத்தில் இருந்த ஊதாங்கோலால் தாத்தாவை அடித்தாராம். இந்த விஷயம் ஊர் முழுக்க பரவி கடைசியில் முனியன் தாத்தாவுக்கு ஊதாங்கோல் என்கிற பெயரே நிலைத்து விட்டது.

அடுத்து இடது பக்கமாய் ஒரு புளியமரம். இதன் நிழலில்தான் மாட்டுக்கு லாடம் அடிப்பார்கள். அவ்வளவு பெரிய காளை மாடுகளின் நான்கு கால்களையும் தாம்புக் கயிறால் கட்டி, கீழே தள்ளி லாடத்தைக் குளம்பில் வைத்து அதற்கே உரியக் கூர்மையான ஆணிகளை வைத்து அடிக்கும் போது மாடுகளுக்கு வலிக்காதா என்று தோன்றும்.

இந்த புளியமரத்துக்குப் பின் பக்கத்தில் தான் சிலர் பட்டறை போட்டுக் கோலி ஆடுவார்கள். கோலி ஆடும் சிறுவர்களை விரட்டி விடுவது ஊதாங்கோல் தாத்தாவின் வேலை.

அந்த இரண்டு புளியமரங்களுக்கும் இடையில் உள்ள இடத்தில் தான் சிறுவர்கள் வழக்கமாக விளையாடுவது. மாலை இருட்டி வீட்டுக்குப் பிள்ளைகள் வரத் தாமதமானால் வேறு எங்கேயும் தேடிக் கொண்டு போக மாட்டார்கள் பெற்றோர்கள். இந்த இடத்தில் வந்து பார்த்தால் பிள்ளைகள் தங்களை மறந்து விளையாடிக் கொண்டிருப்பார்கள். அவர்களை ரெண்டு போட்டு இழுத்துக் கொண்டு போவது பெற்றோரின் வழக்கம்.

இந்த இடத்துக்குத் தான் வந்தனாவை வரச்சொல்லி இருந்தாள் கொடிமலர். இன்றைக்கு கலெக்டர் அலுவலகம் போக வேண்டும். சொல்லி வைத்தபடி கொடிமலர் வந்து காத்துக் கொண்டிருந்தாள். இன்னும் வந்தனாவைக் காணவில்லை.

மரத்தடியில் மாட்டுக்கு லாடம் அடித்துக் கொண்டிருந்தார்கள். ஊதாங்கோல் தாத்தா பெரிய மாட்டு வண்டிச் சக்கரத்தை உருட்டிக் கொண்டு போனார். மரத்தின் மீது குரங்குகளின் அட்டகாசம். புளியங்காய்களைப் பறித்துப் பாதி கடித்து கீழே போட்டன குரங்குகள்.

கொடிமலர் இதை எல்லாம் பார்த்துக் கொண்டிருக்கும்போதே வந்தனா வந்து சேர்ந்தாள்.

''ஏன் வந்தனா லேட்டு?''

''வர்ர வழியில பூந்தளிரைப் பார்த்தேன். பாவம் ஸ்கூலுக்குப் போறதுக்குள்ள கொஞ்சம் பீடி ஒட்டலாமேன்னு உட்கார்ந்து ஒட்டிக்கிட்டு இருக்கா''– என்றாள் வந்தனா.

''பாவம் ஏழ்மையில் பிறந்தாலும் பூந்தளிருக்கு நல்ல மனசு, அவ அடிக்கடி சொல்லுவா அவளுக்கு அன்னை தெரசான்னா ரொம்ப புடிக்குமாம்.''– கொடிமலர் சொன்னாள்.

''நம்ம திட்டத்தைச் சொல்லி அவளையும் கூப்பிடலாமான்னு நெனைச்சேன். அவளோட நேரத்தை எதுக்கு வீணடிக்கணும்னு விட்டுட்டு, இன்னைக்கு நம்ம ரெண்டு பேருக்கு லீவு மட்டும் சொல்லுடீன்னு சொன்னேன். கண்டிப்பா சொல்றேன்னுட்டா''– என்றாள் வந்தனா.

''நல்ல வேல பண்ண''

''சரி உனக்கு விஷயம் தெரியுமா காலைல நான் வீட்ல இன்னைக்கு பத்திரிகைய பாத்துட்டுதான் வர்றேன்'' – கொடிமலர் சொன்னாள்.

''என்ன...''

''இன்னும் ஒரு வாரத்துல சிலை வைக்க கலெக்டர் அனுமதி தராவிட்டா போரட்டம் வெடிக்கும். தொண்டர்கள் கொந்தளிப்பு அப்படின்னு போட்டிருக்கு''

''ச்.. சே.. என்னடி இது பைத்தியக்கார ஜனங்களா இருக்காங்களே''.

''அதப்பத்தி எல்லாம் விரிவா பேசறதுக்கு நேரமில்லை வந்தனா... நாம பேசன மாதிரி இன்னைக்கு பத்து, பத்தரை மணிக்குள்ள நாம கலெக்டரை சந்திச்சி அவருக்கு நம்முடைய திட்டத்தை சொல்லியாவணும் புறப்படு''.

இரண்டு பேரும் புறப்பட்டார்கள்.

## 4

''வாழ்க்கையில் ஏதாவது ஒரு நல்ல செயல் செய்து கொண்டே இருக்க வேண்டும். அப்படி நல்லது செய்து கொண்டிருந்தால் தான் மனிதன் நல்ல வாழ்க்கை வாழ்ந்ததாக அர்த்தம்''– என்று தமிழாசிரியர் பாடம் நடத்தியது யாழினியின் மனதில் ஆழமாகப் பதிந்து விட்டிருந்தது.

தன் சுயநலத்திற்காக மட்டுமே வாழ்ந்து, தன்னுடைய நலத்திற்காக மட்டுமே பணம் சேர்த்து பிறகு ஆடம்பரமான ஒரு வாழ்க்கை நடத்தி விட்டு, பிறருக்கு நல்லதே செய்யாத மனிதர்களை கடவுள் விரும்பமாட்டார் என்று அம்மா அடிக்கடி யாழினியிடம் சொல்வதுண்டு.

யாழினிக்குக்கூட ஆசைதான் பூந்தளிரைப் போல ஓரிசா புயல் நிவாரணத்திற்கு நிதி அளிக்க வேண்டும் என்று. ஆனால் யாழினிக்கு சேர்த்து வைக்கும் வாய்ப்பு இல்லாமல் போய்விட்டது.

காசு சேமிக்க அவளுக்கும் விருப்பம்தான். யாழினிக்கு வேண்டிய எழுது பொருட்கள் முதல் கொண்டு எல்லாவற்றையும் அப்பாவே கடைகளில் வாங்கி வந்து தந்து விடுவார். அதனால் யாழினிக்கு வேறு எந்த செலவும் இருக்க வாய்ப்பு இல்லை என்கிற நினைப்பில் அவளுக்கு அம்மாவோ, அப்பாவோ சில்லரைக் காசுகள் கூட கொடுப்பதில்லை, யாழினியும் கேட்பதில்லை.

நன்மை செய்யக் காசு வேண்டும்தான். ஆனால் எல்லா நன்மைகளுக்கும் காசு தேவைப்படுவதில்லை, என்பது யாழினிக்குத் தெரியும். முன்னோர்கள் கூட 'அறம் செய்ய விரும்பு' என்றுதான் சொல்லியிருக்கிறார்கள்.

அதனால் தான் யாழினிக்கு நன்மை செய்ய வேண்டும் என்பது முழுக்க விருப்பமாயிருந்தது.

மனசு இருந்தால் அதற்கான வாய்ப்பு தானாக அமைந்து விடுவது உண்மையிலேயே மிகப் பெரிய ஆச்சரியமான விஷயம். நினைப்பதை உறுதியாகவும் ஆழமாகவும் நினைத்துச் செயல்பட்டாலே வெற்றி உறுதிதான்.

யாழினியின் நல்ல எண்ணமோ அல்லது கடவுள் செயலோ தெரியவில்லை, ஒரு நாள் யாழினியும், வந்தனாவும் புளியமரத்தடியில் சைக்கிள் ஓட்டப் பழகிக் கொண்டிருந்தார்கள். மற்ற சிறுவர்கள் அவரவர் விருப்பமான விளையாட்டுக்களை விளையாடிக்கொண்டிருந்தார்கள்.

ஊதாங்கோல் தாத்தாவுக்கு என்ன ஆத்திரமோ, பட்டரையில்

இருந்து கருத்த உடம்போடும் கையில் சம்மட்டியோடும் வெளியே வந்து விளையாடிக் கொண்டிருந்தவர்கள் எல்லோரையும் பார்த்துக் கத்தினார்.

''பொழுது போச்சி... வூட்டுக்குப் போய் புஸ்தகத்த எடுத்து பாடத்த படிக்கலாம்னு இல்லையே இதுங்களுக்கு... ஏ.. ய்.. இதோ வர்றேன் போங்கடா எல்லாரும் ஊட்டுக்கு...''

''ஏய் ஊதாங்கோல் கெழவா உனக்கென்ன வந்துச்சாம் நாங்க விளையாட்னா'' – என்று பதிலுக்கு கத்தினான் தேவா.

''ஏங் கேக்கமாட்ட.... நீ மிஞ்சின பதார்தமாச்சே.. ஒங்களுக்கெல்லாம் இப்ப தெரியாதுடா பொடியா. படிக்க வேண்டிய நேரத்துல படிக்கணும். படிக்க தெரியாம என்னையமாரி நெருப்புல அவஸ்தபட்டாதானே உனக்குப் புரியப் போவுது படிப்போட அருமை'' – என்றார்.

அப்படியானால் ஊதாங்கோல் தாத்தாவுக்குப் படிக்கத் தெரியாதா? இதை கேட்ட யாழினிக்கு மனசு சங்கடப்பட்டது. இவர் எந்த விதமான தகவல் தெரிந்து கொள்வதற்கும் பிறரை எதிர்பார்த்துத்தான் காத்திருக்க வேண்டுமா?

தகவல் தந்து உதவி செய்ய ஊதாங்கோல் தாத்தாவுக்கு ஒரு ஆள் தேவைப்படுகிறது. உதவி செய்பவர்கள் உதவும் மனநிலையில் இருந்தால் மட்டுமே உதவி செய்ய முடியும். அவர்களுக்கும் ஏதாவது வேலை இருந்தால் அவ்வளவுதான் தாத்தாவின் பாடு திண்டாட்டம் தான்.

தாத்தா பத்திரிக்கை வாசிப்பதற்குக் கூட பிறரை எதிர்பார்த்துத்தான் வாழ்கிறாரா? அப்படியானால் இவர் சசி டீ கடைக்குப் போவது வெறும் டீ குடிக்க மட்டும்தானா. மற்றவர்களைப் போல பத்திரிக்கை படிப்பதில்லையா.!

ஊதாங்கோல் தாத்தாவை நினைக்க நினைக்க யாழினிக்குப் பரிதாபமாகவும், அவர் மேல் ஒரு விதமான இரக்க எண்ணமும் பிறந்தது.

இந்தியாவில் இன்னும் எத்தனை பேர் இப்படி வாழ்ந்து கொண்டிருக்கிறார்களோ? கண்கள் இருந்தும் படிக்கத் தெரியாமல் இருப்பவர்கள் பார்வை இழந்தவர்களுக்குச் சமம்.

அதனால்தானே சான்றோர்கள் எண்ணையும், எழுத்தையும் கண்கள் என்றார்கள்.

மனசு முழுக்க ஊதாங்கோல் தாத்தாவின் நினைவிலேயே வீடு வந்து சேர்ந்தாள் யாழினி. வீட்டுக்கு வந்த பிறகும் தாத்தாவின் எண்ணம் அவளுக்கு மாறவில்லை

## 5

கலெக்டர் அலுவலகம்.

கலெக்டரை அவருடைய அறையில் சந்திக்கப் போகிறோம். மறைந்த தலைவர் அருமைநாயகம் சிலை வைப்பு பிரச்சினைக்கு ஒரு நல்ல திட்டத்தைத் தரப்போகிறோம் என்கிற சந்தோஷத்தில் கலெக்டர் அறைக்குள் நுழைய முயன்றார்கள் கொடிமலரும் வந்தனாவும்.

அவர்கள் இருவரும் நினைத்தபடி கலெக்டரைச் சந்திப்பது அவ்வளவு எளிதான விஷயமல்ல என்பதை புரியவைப்பது மாதிரி கலெக்டர் அலுவலக பணியாள் கேட்டார்.

''யாரும்மா நீங்க ரெண்டு பேரும் என்ன வேணும் உங்களுக்கு?''

''நாங்க ரெண்டு பேரும் துளிர் பள்ளி மாணவிகள். ஒரு முக்கியமான விஷயமா கலெக்டர் ஐயாவ பார்கணும்'' – என்றாள் கொடிமலர்.

''நீங்க... கலெக்டரை... பாக்கணுமா? கலெக்டர் என்ன உங்க கூட படிக்கிற ஸ்கூல் நண்பனா? வேலையைப் பாத்துக்கிட்டுப் போங்கம்மா''... என்றார் பணியாள்.

''ஐயா நாங்க ரொம்ப முக்கியமான விஷயமா கலெக்டர் ஐயாவ பாத்து பேசணும். தயவு செய்து பாக்க அனுமதிங்க''– என்றாள் வந்தனா.

''இங்க பாருங்கம்மா நான் ஒரு முறைதான் சொல்லுவேன் புரிஞ்சுகிட்டு அமைதியா போயிடுங்க என்னோட நேரத்தை வீணாக்காதீங்க''

''ஐயா ரொம்ப முக்கியமான விஷயம்''–

''இதா சொன்னா புரிஞ்சிக்கணும், ரொம்ப முக்கியமான விஷயம்னா ஒரு பேப்பர்ல மனு எழுதி கொடுத்திட்டுப் போங்க''– என்றார் பணியாள்.

''ஐயா அது கலெக்டர் ஐயாவை நேர்ல பாத்துப் பேச வேண்டிய ரகசியமான விஷயம். பேப்பர்ல எல்லாம் எழுத முடியாது''– என்று பணிவுடன் கேட்டாள் கொடிமலர்.

''என்னம்மா உங்களோட தொந்திரவா போச்சு... படிக்கிற பசங்களா தெரியரீங்க. ஒருமுறை சொன்னா புரியல. சின்ன பசங்கள எல்லாம் உள்ள விட முடியாது. எடத்த காலி பண்ணுங்க மொதல்ல''– என்று இருவரையும் விரட்டினார் அவர்.

ஒரே ஒரு துளி கூட நம்பிக்கை இல்லாமல், இனி அடுத்து என்ன செய்வது என்றும் புரியாமல் நெஞ்சம் முழுக்க அவநம்பிக்கையும் அவமானமும் சுமந்து கொண்டு வெளியே வந்தார்கள் கொடிமலரும், வந்தனாவும், சாலையைக் கடந்து எதிர்புறம் வரும்போது கொடிமலருக்கு அந்த ஐடியா வந்தது.

## 6

எங்கே போய் டீ குடித்து விட்டு வந்தாலும் மனசுக்குத் திருப்தி ஏற்படுவதில்லை. சசி டீ கடையில் ஸ்ட்ராங்காய் சர்க்கரை தூக்கலாய் ஒரு டீ குடிப்பது ஒரு தனிச் சுவைதான்.

சசி டீ கடையின் வெளியே டேபிள் மீது வைக்கப்பட்டிருக்கும் ஸ்பீக்கர் பாக்ஸ் எப்போதும் பாடிக்கொண்டே இருக்கும். ஒரு பாட்டுக்கூட மனதைக் கெடுக்கும் பாட்டாக இருக்காது.

சமயத்துக்குத் தகுந்த மாதிரி பொருத்தமான பாடல்களைப் போடுவது சசிக்கு கை வந்த கலை. மே தினத்திற்கு போடும் பாடல்கள் உழைப்பாளர்களைக் குறிக்கும் பாடல்களாக இருக்கும். பொங்கல், தீபாவளி சமயங்களிலும் அந்த பண்டிகைப் பெருமைகளைச் சொல்லும் பாடல்களாகவே இருக்கும்.

சசி கடையின் சிறப்பாய் பேசப்படுகின்ற விஷயம் ஒன்று உண்டு. அதுதான் 'சமுதாய டீ'. இந்தப் பெயரை யார்

ஆரம்பித்து வைத்தார்களோ தெரியாது. ஆனால் அதற்குப் பொருள் உண்டு.

காசு கொடுக்காமல் ஏமாற்றி விட்டுப் போகும் நபர்கள் சிலர் இங்கே இருப்பதால் அப்படி குடிக்கப்படும் ஓசி டீக்குச் 'சமுதாய டீ' என்று பெயர்.

லாபமோ, நஷ்டமோ 'சமுதாய டீ' விஷயத்தை சசி அறிந்திருந்தும், அதை பெரியதாக எடுத்துக்கொள்வதில்லை.

அதனால் 'சமுதாய டீ' க்கு பேர் போன இடம் சசி டீக்கடை மட்டும்தான்.

சசி டீக்கடையில் கவனிக்கப்பட வேண்டிய இன்னொரு விஷயம் என்னவென்றால், தினசரி வாங்கப்படும் பத்திரிக்கைகள் ஒன்று கூட சாயங்காலம் வரை டீக்கடையில் தங்குவதில்லை.

வாங்கும் பத்திரிக்கைகளை யார் படிக்கிறார்கள், யார் வீட்டுக்குப் போய் தினமும் சேருகிறது என்பதெல்லாம் இன்னும் கண்டுபிடிக்கப்படாத விஷயங்கள். காரணம் தினமும் பத்திரிக்கை ஒரே நபரால் திருடப்படாததால் தான்.

இருந்தும் பத்திரிக்கை காலை வேளைகளில் டீக்கடையில் சில மணி நேரமாவது இருப்பது ஆறுதலான விஷயம்.

ஆக சசி டீக் கடைக்கு நான்கு விதமான மக்கள் வருகிறார்கள். டீ குடிக்க வருபவர்கள், – 'சமுதாய டீ' குடிக்க வருபவர்கள், – பத்திரிக்கை திருட வருபவர்கள், – பாட்டுக் கேட்க வருபவர்கள். இப்படி நான்கு ரகமான மக்கள் சங்கமிக்கும் இடம் தான் சசி டீக்கடை.

அப்படித்தான் அன்றைக்கு ஊதாங்கோல் தாத்தா சசி கடைக்கு வந்திருந்தார். அதே நேரத்தில் யாழினி பார்சல் டீ வாங்க வந்திருந்தாள்.

டீ குடித்துக் கொண்டிருந்த ஊதாங்கோல் தாத்தா பேப்பர் படித்துக் கொண்டிருந்த சீனியிடம்...

"சீனி அடுப்புக்கரி மூட்ட வெல ஏறிடிச்சுன்னு பேசிக்கிறாங்க. பேப்பர்ல போட்டுக்கீதான்னு பாத்து சொல்லு

என்ராசா''– என்றார்.

''இதப்பாரு ஊதாங்கோலு தினத்துக்கும் உன்து தொந்தரவா போச்சு. வந்தமா டீ குடிச்சமான்னு எடத்த காலி பண்ணு. நானே லாட்டரில நாலு நம்பரு மிஸ் ஆயிடுச்சின்னு வயித்தெரிச்சல்லகீறேன்''– என்றான் சீனி.

''இன்னா சீனி எனக்கு படிக்கத் தெரிஞ்சா உனக்கு ஏன் தொந்தரவு குடுக்கப்போறேன். பாத்து சொல்லுடா எங் கண்ணு''– என்றார்.

''யோவ் ஊதாங்கோலு இதுக்கு மேல டென்ஷன் கௌப்பாத உனக்குப் படிக்கத் தெர்லனா ஏன்யா என் உயிர வாங்கரே''– என்று பத்திரிகையை வீசி விட்டுப் போய்விட்டான் சீனி.

இந்த நிகழ்ச்சி ஊதாங்கோல் தாத்தாவை ஒன்றும் பாதிக்கவில்லை தான். ஆனால் யாழினி? அவளுக்கு ஊதாங்கோல் தாத்தாவின் மேல் இருந்த இரக்கம் அதிகமாகியது. இருந்தாலும் அவள் அமைதியாக டீ வாங்கிக் கொண்டு சென்றாள்.

## 7

கலர் ரிப்பனும், கண்ணாடி வளையலும் இல்லாமல் ஒரு பொங்கல் இருக்கவே முடியாது. இந்தப் பொங்கலுக்குச் சுடிதார் எடுக்கும் எண்ணம் பூந்தளிரின் மனதில் சுத்தமாக இல்லாமல் போய் விட்டது. ஆனால் வளையலும், ரிப்பனும் அம்மா வாங்கித் தந்தார்.

நாளைக்குப் பொங்கல்

இப்பொழுதே சந்தை மேடுகளில் இஞ்சி, மஞ்சள், வெல்லம் போன்ற பொருட்களை விற்க ஆரம்பித்து விட்டார்கள்.

பானையும், பனிக் கரும்புமாய் மக்கள் நடமாடினார்கள். சிலர் மாடுகளின் கொப்புகளைச் சீவி, இப்பொழுதே கலர் பெயிண்ட் அடிக்க ஆரம்பித்து விட்டார்கள்.

எங்கு திரும்பினாலும், மக்கள் மகிழ்ச்சியாகக் காணப்பட்டார்கள். ஆனால் பூந்தளிரின் அம்மாவுக்கு

மட்டும் எப்படிப் பொங்கலைக் கொண்டாடுவது என்றும், பூந்தளிருக்குப் புத்தாடை இல்லையே என்றும் வருத்ததமாக இருந்தது.

வருடத்தில் ஒரு முறை எடுக்கின்ற துணி, பொங்கலுக்கு உடுத்திக் கொண்ட மாதிரியும் இருக்கும், துணி எடுத்த கணக்காகவும் இருக்கும். இந்த வருடம் அதற்கு வழி–யில்லாமல் போய் விட்டது.

அம்மா என்னவோ தெருவில் சைக்கிளில் துணி விற்பனை செய்யும் ஜவுளிக்கார ஈஸ்வரனிடம் துணியை கடனாகக் கேட்டுப் பார்த்தார். ஆனால் ஈஸ்வரன், இந்த முறை வியாபாரம் சரியில்லை என்றும், கடன் கொடுக்க முடியாமைக்கு மன்னித்துக் கொள்ளுங்கள் என்றும் மனசு புண்படாமல் சொல்லி விட்டாரே.

பீடி மண்டி முதலாளியிடம் கூட அம்மா அட்வான்ஸ் பணம் கேட்டுப் பார்த்தார். ஏற்கனவே வாங்கிய கடன் பாக்கியே அடைக்கப்படாமல் இருப்பதால் மேலும் கடன் கொடுக்க இயலாது என்று பாபூன் பாய் சொல்லிவிட்டார்.

கடன் வாங்கக் கூட வழியில்லாமல் கண்ணீர் விடுவதைத் தவிர அம்மாவுக்கு வேறு வழி தெரியவில்லை.

பொங்கல் முன்னிட்டு பீடி மண்டியில் நான்கு நாள் விடுமுறை விட்டிருந்தார்கள். அம்மாவுக்கு எதிலும் மனசு ஈடுபடவில்லை. பூந்தளிருக்கு மனசு எப்படி இருக்குமோ. எப்படியெல்லாம் வேதனைப் படுகிறாளோ மகள் என்றிருந்தது அம்மாவுக்கு.

என்னதான் மனசு முழுக்க கவலைகள் இருந்தாலும், பொங்கல் கொண்டாடப் பணம் இல்லாவிட்டாலும், வீட்டை சுத்தம் செய்யாமல் மெழுகி, செம்மண் இழுத்து வாசலில் கோலமிட்டு சாணம் வைத்து பூசனி பூவை சொருகாமல் விட்டு விட்டால் நாலு பேர் என்ன நினைப்பார்கள்!.

அதனால் தான் என்னவோ அம்மா வெளியில் மண் திண்ணையை மெழுகி விட்டு செம்மண் கோடுகள் இழுத்துக் கொண்டிருந்தாள். பூந்தளிர் வீட்டின் உள்ளே காமாட்சி அம்மன்

விளக்கைப் புளிபோட்டு தேய்த்துக் கழுவிக் கொண்டிருந்தாள்.

எந்த நேரத்தில் கடவுள் கண் திறப்பார் என்று எவராலும் சொல்ல முடியாது. ஆனால் நெருக்கடி நேரங்களில் ஆண்டவன் மனிதனை அழ வைத்து விட்டு வேடிக்கை பார்த்துக் கொண்டே இருந்ததில்லை.

அப்படி அழவைத்து விட்டு வேடிக்கைப் பார்த்துக் கொண்டே இருக்கும் இரக்கம் இல்லாதவனும் அல்ல அந்த இறைவன். கடவுள் சோதிப்பான், ஆனால் சோதனையில் இருந்து மீளவும் வழி காட்டுவான்.

அம்மா வெளியே மண் திண்ணையில் செம்மண் பட்டை இழுத்துக் கொண்டிருந்தாள், மனசெல்லாம் யோசனையாய்.

உள்ளே...

பூந்தளிர் புளிபோட்டுத் தேய்த்துக் கொண்டிருந்த காமாட்சி அம்மன் விளக்கு அலாவுதின் அற்புத விளக்கோ என்னவோ...

பூமியைப் பிளந்து கொண்டு பூதம் வரவில்லை. தெருவில் புழுதியைக் கிளப்பிக் கொண்டு ஜீப் ஒன்று பூந்தளிரின் குடிசை வீட்டுக்கு முன்னால் வந்து நின்றது.

## 8

செல்லியம்மன் கோயிலுக்கு அருகில் நின்று எதிர்ப்புரம் பார்த்தால் கொஞ்ச தூரத்தில் மண் மேடும், அதன் மீது தலையை விரித்துக் கொண்டு வரிசையாய் பனை மரங்களும் இருப்பது தெரியும்.

பனைமரங்களைக் கடந்து போனால் நான்கைந்து குடிசைகள் இருக்கும். அவைகளில் மூன்றாவது குடிசைதான் ஊதாங்கோல் தாத்தாவின் குடிசை.

யாழினி அந்தக் குடிசையின் முன்னால் வந்து நின்று கூப்பிட்டாள்.

''ஊதாங்கோல் தாத்தா...''

''எவன்டா அது...?''

உள்ளேயிருந்து தாத்தா கேட்டார்.

''தாத்தா நான் யாழினி வந்திருக்கேன்'' – என்றாள் அவள்.

தாத்தா வெளியே வந்து பார்த்தார்.

''யாழினியா... அடடே... நீ ரேடியோக்காரப் பொண்ணுதானே?'' – என்றார் தாத்தா.

''ஆமாந்தாத்தா... ரேடியோக்காரப்பொண்ணுதான்''

யாழினியின் அப்பா திருவிழாவுக்கும், அரசியல் கூட்டங்களுக்கும் ரேடியோ கட்டி பாட்டு போடுபவர். அதனாலேயே யாழினியைத் தாத்தா 'ரேடியோக்காரப்பொண்ணு' என்று அழைத்தார்.

''உக்காரும்மா இன்னா விசயமா வந்தே...'' – தாத்தா கேட்டார்.

''தாத்தா உங்ககிட்ட ஒண்ணு சொல்லணும்ணு இருக்கேன்''.

தாத்தா பதில் பேசாமல் வெறும் தலையை ஆட்டினார்.

"அதாவது தாத்தா,,, நீங்க எதுக்காக பேப்பர் படிக்கறதுக்கு மத்தவங்ளை எதிர்பாக்கணும் நீங்களே படிச்சிக்க வேண்டியதுதானே''.

''இது ஒரு விசியமாமா... எனக்குப் படிக்கத் தெரியாதும்மா... இனிமே எனக்கு எதுக்கு அதெல்லாம்''.

''இல்ல தாத்தா நீங்க அப்படி அவநம்பிக்கையோட பேசக் கூடாது. நான் பாத்தேன் சசி டீக் கடையாண்ட சீனி உங்கள அவமானப்படுத்தினதும் தேவா உங்களை எதிர்த்துப் பேசும் போது உங்களுக்குப் படிக்கத் தெரியாதுன்னு நீங்க விரக்தியா சொன்னதும் எல்லாம் நான் பாத்தேன்''.

''சரிதான் என் தலை எழுத்து அப்படி பள்ளிக்கூடத்துக்கு போவாம இருந்துட்டேன். இப்ப பட்டறையில இரும்படிக்கிறேன்''– என்று அலுத்துக்கொண்டார்.

''ஏன் இப்ப நீங்க படிக்கறதுக்கு கத்துக்கலாமே...''

''இன்னமா தமாசு பண்றியா... எனக்கு எவ்ளோ வயசாவுது. இந்தக் கெழவன் இதுக்கு மேல உஸ்கோலுக்கு போவ

முடியுமா?''

''அய்யோ தாத்தா நான் உங்கள ஸ்கூலுக்குப் போவச் சொல்லல... நீங்க உங்க பட்டறையிலே வேலை பாத்துக்கிட்டு சாயங்காலம் கொஞ்ச நேரம் ஒதுக்கினா படிக்க கத்துக்கலாம்''.

''கேக்கறதுக்கு நல்லாதான் இருக்கு தாயி எம் பட்டறைக்கு எந்த டீச்சரம்மா வருவாங்க...?''

''மொதல்ல நீங்க சொல்லுங்க தாத்தா அந்த மாதிரி சாயங்காலத்துல பாடம் கத்துக்க உங்களுக்கு விருப்பமா இல்லையா...?''– என்று யாழினி கேட்டாள்.

''அப்படி வந்து சொல்லிக் குடுக்குற டீச்சரம்மாவ நான் தெய்வமா கோயில் கட்டி கும்பிடுவன் தாயி...'' – என்றார் தாத்தா.

கேட்டுவிட்டு யாழினி சொன்னாள்.

''தாத்தா இனிமே கவலைப்படாதீங்க... நான் தான் அந்த டீச்சரம்மா... நாளைலேர்ந்து நீங்க தான் என்னோட மாணவன்.

## 9

மனதில் கொஞ்சம் கூட நம்பிக்கையே இல்லாமல் அவமான எண்ணத்துடன் ரோட்டைக் கடந்து எதிர்புறம் வந்தார்கள் கொடிமலரும், வந்தானவும். அப்பொழுதுதான் கொடிமலருக்கு அந்த ஐடியா தோன்றியது.

''ஏய் வந்தனா... சூப்பர் ஐடியா'' – என்றாள் கொடிமலர்.

''என்ன?''

''எங்கூட வா சொல்றேன்'' – என்று சொல்லி வந்தனாவின் கையைப்பிடித்து இழுத்துக் கொண்டே அருகில் இருந்த பொதுத் தொலைபேசி பூத்துக்குள் நுழைந்தாள்.

''கலெக்டரோட போன் நம்பர் தெரிஞ்சு வச்சுக்கிட்டது ரொம்ப நல்லதா போச்சு'' – என்று சொல்லிவிட்டு கலெக்டரோடு தொலைபேசியில் தொடர்பு கொண்டாள்.

''ஐயா நான் துளிர் பள்ளி மாணவி கொடிமலர் பேசறேன்.

கலெக்டர் அய்யாகூட கொஞ்சம் பேசணும் முக்கியமான விஷயம்''– என்றாள்.

''கலெக்டர்தாம்மா பேசறேன். என்ன விஷயம்'' என்றார் கலெக்டர்.

''ஐயா... வணக்கம் நான் பேசப்போறது போன்ல சொல்லக்கூடிய அளவுக்கு ரொம்ப சின்ன விஷயம் இல்ல. என்கூட என்னுடைய தோழி வந்தனாவும் வந்திருக்கா. நாங்க ரெண்டுபேரும் கொஞ்ச முன்னாடிதான் உங்களைப் பார்க்க உங்க அறைக்கு வர முயற்சி செஞ்சோம்... ஆனா...''

கொடிமலர் தாங்கள் இருவரும் அறைக்கு வர முயற்சித்ததையும், பணியாள் அனுமதி மறுத்ததையும் சொன்னாள். எல்லாவற்றையும் கேட்டுக் கொண்டே கலெக்டர் போனிலேயே பதில் சொன்னார்.

''சரி நீ உன்னுடைய தோழியை அழைச்சிகிட்டு உடனே என்னோட அறைக்கு வாம்மா... நான் உங்க ரெண்டு பேரையும் உள்ளே அனுமதிக்கும்படி பணியாள்கிட்ட சொல்றேன்''. – என்று சொல்லி முடித்தார்.

கொடிமலர் போனை வைத்து விட்டு வந்தனாவிடம் முகத்தில் சந்தோஷம் பொங்க சிரித்துக் கொண்டே சொன்னாள்.

''வெற்றி''

## *10*

வீட்டுத் தோட்டம் முழுக்க டிசம்பர் பூக்கள் பூத்திருந்தன.

பார்க்கப் பார்க்க சந்தோஷமாயிருந்தது யாழினிக்கு.

பூக்களுக்கு மட்டும் எப்படி இவ்வளவு அழகு வந்து ஒட்டிக்கொள்கிறது?

இந்த உலகத்தில் உள்ள எல்லாவற்றையும் விடப் பூக்கள் மிகவும் அற்புதமானவை–உயர்வானவை.

மென்மையின் குறியீடுகள் மலர்கள்.

பார்க்கும் போதே ஒருவரின் மனதில் புனிதமான

எண்ணத்தை ஊற்றெடுக்கச் செய்யும் தன்மை பூக்களுக்கு அதிகமாக உண்டு.

இந்த பூமியை அழகு படுத்துவதற்காகவே ஆண்டவன் படைத்த இயற்கை ஆபரணங்கள் அவைகள். மற்றவர்களை அழகுபடுத்துவதற்காகவே மலர்கள் தங்கள் வாழ்க்கையை அர்ப்பணித்து நிற்கும் தியாகக் குறியீடுகள்.

குறைந்த வாழ்நாளில் அதிக பொருளுள்ள வாழ்க்கை வாழும் சிறப்புப் பெற்றவை பூக்கள்.

இன்று தோட்டம் முழுக்க டிசம்பர் பூக்கள் பூத்திருந்தன. ரோஜாச் செடிகளில் சில ரோஜாக்கள் முழுதும் மலர்ந்து இருந்தாலும், நீல நிறமாய் தோட்டம் முழுதும் பூத்திருக்கும் டிசம்பர் பூக்களைப் பார்க்கப் பாக்க மனசெல்லாம் துடித்தது யாழினிக்கு.

யாழினி வழக்கமாக ரோஜாவைப் பார்க்கும் போது நேருவையும், நேரு படத்தைப் பார்க்கும் போது ரோஜாவையும் நினைத்துக்கொள்வாள்.

ஆனால் இன்று இந்த நீல நிற டிசம்பர் பூக்களைப் பார்க்கும் போது தலையில் மயில் இறகுடன் முட்டி போட்டுத் தவழ்வது போல நீல நிறத்தில் இருக்கும் அவளுடைய கிருஷ்ணர் பொம்மைதான் அவளுக்கு நினைவுக்கு வந்தது. அவன் நீல வண்ணக் கண்ணன்.

யாழினி நீல நிற கிருஷ்ணர் சாமியை நினைத்துக் கொண்டே பூக்களைப் பறித்து கூடையில் போட்டுக் கொண்டாள்.

பூக்களை சரமாகக் கட்டுவது யாழினிக்கு மிகவும் பிடித்தமான வேலை. பூக்களைக் கட்டித் தரச் சொல்லி அம்மாவிடம் அடம்பிடிப்பதோ, தலை சீவி பின்னல் போட்டுவிடுவதற்கு அம்மாவுக்காக காத்திருப்பதோ யாழினிக்கு இஷ்டமில்லை. தனக்கு வேண்டிய வேலைகளை தானே செய்து கொள்வதில் அவளுக்கு மிகவும் சந்தோஷம்.

இன்று ஊதாங்கோல் தாத்தாவுக்குப் போய் வகுப்பு எடுக்க வேண்டும். அதற்காக யாழினி சந்தோஷமாக இருந்தாள்.

பறித்துக் கொண்டு வந்த டிசம்பர் பூக்களை ரெட்டை

ரெட்டையாக வைத்து நெருக்கமாகவும் அடர்த்தியாகவும் கோர்த்து அழகான பூச்சரத்தைக் கட்டினாள். டிசம்பர் பூக்களின் காம்புகள் நீளமாய் இருப்பதால் அவைகளை அமர்த்தியாக கோர்த்து சரமாகக் கட்டுவது அவளுக்கு எளிமையாகவும் ஆர்வமாகவும் இருந்தது.

தலையை அழகாக வாரிப் பின்னல் போட்டுக் கொண்டாள். கட்டி வைத்த டிசம்பர் பூச்சரத்தை ஹேர்பின் வைத்து தலையில் குத்தி வைத்துக் கொண்டாள். புத்தகத்தை எடுத்துக் கொண்டு ஊதாங்கோல் தாத்தாவின் பட்டறைக்குப் போனாள் யாழினி.

## 11

தெருவில் புழுதியைக் கிளப்பிக் கொண்டு வேகமாக வந்த ஜீப்பிலிருந்து இரண்டு பேர் இறங்கினார்கள். அவர்கள் இருவரையும் பார்த்தால் அரசாங்க ஊழியரைப் போலத் தெரிந்தார்கள்.

செம்மண் பட்டைகளை இழுத்துக் கொண்டிருந்த பூந்தளிரின் அம்மா தன் வேலையை விட்டு விட்டு ஜீப்பில் இருந்து இறங்கிய இரண்டு பேரிடம் வந்தார். அவர்கள் இருவரும் தனது வீட்டிற்குத்தான் வந்திருக்கிறார்கள் என்றும், தன்னை ஏதோ கேள்வி கேட்கப் போகிறார்கள் என்றும் அம்மா புரிந்து கொண்டார்.

''இங்க பூந்தளிர் யாரும்மா?'' – என்று அம்மாவிடம் கேட்டார் வந்திருந்த இருவரில் ஒருவர்.

''என்னோட மகதான்... ஏன் கேக்கறீங்க?''

''இந்தாங்க இந்த மூணு செட்டு சுடிதார்ல, உங்க மகளுக்கு எது புடிச்சிருக்கோ அதை எடுத்துக்கச் சொல்லுங்க''.

''எதுக்கு இதெல்லாம். யார் நீங்க?'' – அம்மா கேட்டுக் கொண்டிருக்கும் போதே வீட்டுக்குள் இருந்து பூந்தளிர் வெளியில் வந்தாள்.

''என்னம்மா தெரியாத மாதிரி கேக்கறீங்க அப்படீன்னா நாங்க போட்ட லெட்டர் உங்களுக்கு கெடைக்கலையா?''

என்றார் வந்தவர்.

''எங்க ஏரியா போஸ்ட் மேன் ஒரு வாரமா லீவு சார்''. – என்றாள் பூந்தளிர்.

''சரியா போச்சு. நாங்க ரெண்டுபேரும் கலெக்டர் ஆபீ ஸ்லேர்ந்து வர்றோம். இந்த சுடிதார் துணி எல்லாம் உங்க மகள் பூந்தளிருக்கு கலெக்டர் அனுப்பி வச்சிருக்கார். உங்க மகளுக்கு எது புடிச்சிருக்கோ அதை எடுத்துக்கச் சொல்லியிருக்கார்'' – என்றார் ஓர் அதிகாரி.

''இதெல்லாம் எதுக்குன்னா ஓரிசா புயல் நிவாரணத்துக்கு நம்ம மாநிலத்திலேயே பள்ளி மாணவர்கள் யார் அதிக பணம் நிதியா கொடுத்தாங்களோ அவங்க கூட முதல் அமைச்சர் பொங்கல் கொண்டாட முடிவு பண்ணி இருக்கார்'' – என்றார் இரண்டாவது அதிகாரி.

''உங்க மக பூந்தளிர் ரொம்ப அதிஷ்டசாலிம்மா. கலெக்டர் இந்த மூணு செட்டு சுடிதாரும் ஏன் குடுத்த அனுப்பினார்னா முதல் அமைச்சரோடு பொங்கல் கொண்டாடப் போகிற நம்ம மாவட்டத்துப் பொண்ணு நல்ல டிரெஸ்ல போகணும்னுதான் அவரே எடுத்து அனுப்பி இருக்கார்''– என்றார் இன்னொருவர்.

''சரிங்கம்மா... நான் சொல்லப் போறத நல்லா கவனமா கேட்டுக்குங்க. நாளைக்கு விடிஞ்சா பொங்கல். இன்னைக்குச் சாயுங்காலம் அஞ்சு மணிக்கு கலெக்டர் ஆபீஸ்லேர்ந்து கார் அனுப்பி வைப்போம். பூந்தளிரும் நீங்களும் கார்லேயே சென்னைக்குப் போய் முதல்வர் வீட்ல நாளைக்குத் தங்கி பொங்கல் கொண்டாடிட்டு வர்றீங்க... அப்புறம் பூந்தளிர்கிட்ட 'டிவி' பேட்டிக்கு ஏற்பாடு பண்ணி இருக்கு. அடுத்து கார்லயே சென்னையில் இருக்கிற முக்கிய சுற்றுலா இடங்களை உங்களுக்கு சுத்திக்காட்டுவோம். அது முடிஞ்ச உடனே... நீங்க விரும்புகிற மூணு இடம் எதுவானாலும் நாங்க கூட்டிக்கிட்டு போய் காட்டிட்டு...''

''இன்னொரு அதிகாரி சொல்லிக்கொண்டே போனார்.

மனசெல்லாம் சர்க்கரைப் பொங்கலாக இனித்தது பூந்தளிருக்கு.

அன்று செய்த சிறிய நன்மைக்கு இவ்வளவு பெரிய பலனா? மனசெல்லாம் லேசாகி, இதயத்திலிருந்து புது ரத்தம் உடம்பெல்லாம் பரவுவது போல உணர்ந்தாள்.

கண்களில் கண்ணீர் முட்டி, எதிரில் இருப்பவர்கள் மங்கலாகத் தெரிந்தார்கள் அவளுக்கு. இந்த நல்ல செய்தியை முதலில் யாழினிக்கு சொல்ல வேண்டும்.

பூந்தளிர் நினைத்துக் கொண்டாள் – கடவுள் கருணை வங்கியில் நல்ல செயல் அதிக வட்டியோடு திருப்பித் தரப்படுகிறது.

## 12

புதியதாக ஒரு விஷயத்தைக் கற்றுக்கொள்கிறவர்களுக்கு அதிக ஆர்வம் இருந்தால், அதைச் சொல்லிக் கொடுப்பவர்களுக்குச் சிரமம் ஏற்படுவதே இல்லை.

அப்படித்தான் இருந்தது யாழினிக்கு. ஊதாங்கோல் தாத்தா படிக்கக் கற்றுக் கொள்ள வேண்டும் என்று மிகுந்த ஆர்வமாக இருந்தார். அதனால் யாழினிக்குச் சொல்லிக் கொடுப்பது சிரமமாகவோ, சிக்கலாகவோ இல்லை. யாழினி சொல்லச் சொல்லத் தாத்தா சிறு மாணவனைப் போல் பயபக்தியோடு திரும்பச் சொல்லிக் கற்றுக்கொண்டார்.

**அன்பாய் இருக்க ஒத்துக்கோ**

**அ, ஆ எழுத கத்துக்கோ**

**இன்பத் தமிழைப் பழகிக்கோ**

**இ, ஈ மனதில் எழுதிக்கோ**

யாழினி ராகமாய்ப் பாடி சொல்லித் தருவதில் தாத்தாவால் எளிதாக எழுத்துக்களை அடையாளம் காண முடிந்தது. அந்த பெரிய புத்தகத்தில் பெரிய பெரிய எழுத்துக்கள் அழகாக இருந்தன. எழுத்துக்களின் பக்கத்தில் அழகான ஓவியங்களும் இருந்தன.

**உண்மை உளத்தில் நீடிக்க**

**உ, ஊ என்று பாடிக்கோ**

**நன்மை நித்தமும் நீயும் கல்**

**நாவால் எ, ஏ என்று சொல்!**

கல்லாமை எனும் இருட்டை நீக்கத் தான் விளக்கு ஏற்றுவது போலப் பட்டது யாழினிக்கு. ஊதாங்கோல் தாத்தாவின் ஒத்துழைப்பு நன்றாக இருந்ததால் அவள் ஊக்கமுடன் அடுத்த வரிகளை உரக்க சொன்னாள்.

அவளுக்கு பின்னால் தாத்தா திரும்பச் சொன்னார்.

**ஒற்றுமை நீங்கில் அது தீது,**

**ஒ, ஓ என்று நீ ஓது!**

**கற்றுத் தெளிந்த ஔவை மொழி**

**கன்னித் தமிழே நமது விழி!**

அப்பொழுது யாழினி, யாழினி என்று கூவிக்கொண்டே மூச்சு வாங்க ஓடிவந்தாள் பூந்தளிர். பாடத்தை முடித்துவிட்டு யாழினியும், பூந்தளிரும் வெளியே புளியமரத்து நிழலுக்கு வந்தார்கள்.

புன்னகை முகத்தோடு பூந்தளிர் நடந்தவைகள் எல்லாவற்றையும் யாழினியிடம் சொன்னாள். கார் வந்ததும், கலெக்டரிடம் இருந்து துணி வந்ததும், முதல்வரின் பொங்கல் கொண்டாட்டத்தில் தான் பங்குபெற காரிலேயே சென்னைக்குப் போவது பற்றியும் மனப்பாடம் செய்து ஒப்பிப்பது போலச் சொல்லி முடித்தாள் பூந்தளிர்.

மிகுந்த சந்தோஷமாக இருந்தது யாழினிக்கு. சென்னை போகிறாள் பூந்தளிர். அதுவும் இன்றே... இன்று மாலையே! முதல்வரோடு பொங்கல் விழா. அப்பா... எவ்வளவு ஆச்சரியமான விஷயம்!–

''ரொம்ப சந்தோஷம் பூந்தளிர். சேமிச்ச பணமெல்லாம் ஒரிசா புயல் நிவாரணத்திற்கு கொடுத்திட்டியே... பொங்கலுக்கு என்ன செய்யப் போறேன்னு நான் கேட்டதுக்கு, 'கடவுள் இருக்கார்' – ன்னு மட்டும் சொன்னீயே பூந்தளிர் அது இப்ப உண்மையாயிடுச்சி''.

பூந்தளிருக்குப் பதில் ஏதும் சொல்லத் தெரியவில்லை. அவள் யாழினி பேசட்டும் என்று காத்திருந்தாள்.

''எனக்கே ரொம்ப சந்தோஷமாயிருக்கே பூந்தளிர், உனக்கு மனசு எவ்வளவு சந்தோஷப்படும். நாம செய்யற ஒவ்வொரு செயலையும் கடவுள் கவனிக்கிறார் அப்படீங்கறதுக்கு நீ செஞ்ச தர்மம் ஒரு சாட்சி''.

''என்னை ரொம்ப புகழாதே யாழினி. எது எப்படியோ, எனக்கு ரொம்ப சந்தோஷமா இருக்கு. முதல்வரோட பொங்கல் கொண்டாடறது. அதுக்கும் மேல தமிழ்நாட்டு வரைபடத்துல மட்டும் பாத்துகிட்டு இருந்த சென்னை, வங்காள விரிகுடாக் கடல் இதையெல்லாம் நேரிலேயே போய் பார்க்கப் போறோம்னு மகிழ்ச்சியா இருக்குடி...''

யாழினி அவள்சொல்வதையே கவனித்துக்கொண்டிருந்தாள். சிறிது நேரம் பொருத்து பூந்தளிர் கேட்டாள்.

''யாழினி... நான் முதன் முதலா சென்னைக்குப் போறேன். எங்கிட்ட பணம் இருபது ரூபாதான் இருக்கு. இருந்தாலும் உனக்கு பிடிச்ச ஏதாவது நான் வாங்கிட்டு வரேன். உனக்கு பிடிச்சது எதுன்னு சொல்லேன்''– என்றாள்.

யாழினிக்கு கண்கள் கலங்கி கண்ணீர் வந்துவிட்டது.

எவ்வளவு நல்லவள் இந்தப் பூந்தளிர்!

பண வசதியில் தாழ்ந்தவளாக இருந்தாலும் எண்ணத்தில் எவ்வளவு உயர்வாக இருக்கிறாள்...!

கண்களை துடைத்துக்கொண்டே கேட்டாள் யாழினி.

''எனக்கு வேண்டியது இருக்கட்டும் பூந்தளிர் சென்னையில உனக்கு புடிச்ச மூணு இடத்தை கார்லேயே சுத்திக்காட்டுவாங்கன்னு சொன்னியே முதல் இடமா எந்த இடத்தை போய் பார்க்க ஆசை உனக்கு?''

''உழைத்தால் நாம் முன்னேறலாம், உழைப்பால் நம் வாழ்க்கை மேம்படும். உழைப்பாளர்களால்தான் இந்த உலகமே இயங்கிக் கொண்டு இருக்கிறதுன்னு உணர்த்திக்கிட்டு

கடற்கரையில் இருக்கு பார் – உழைப்பாளர் சிலை! அதைத் தான் முதல்ல போய் தொட்டுப் பார்க்கணும்னு ஆசை''.

இந்த முறை யாழினியால் கண்ணீரைக் கட்டுப்படுத்தவே முடியவில்லை. கண்ணீரைத் துடைத்துக் கொண்டே அவள் பூந்தளிரிடம் கேட்டாள்.

''எப்படி பூந்தளிர் உன்னால இப்படி வித்தியாசமாவும், உயர்வாகவும் சிந்திக்க முடியுது?''

''அப்படியெல்லாம் ஒண்ணுமில்ல... எம்மனசுல இருக் கறதை வெளிப்படையா சொல்றேன் அவ்வளவுதான். சரி உனக்கு சென்னையில் இருந்து நான் என்ன கொண்டு வரணும் சொல்?''

''சொல்லட்டுமா?''

''ம்... தாராளமாசொல்''

''அதே கடற்கரையில தலையில முண்டாசு கட்டிக்கிட்டு சிலையா நிக்கிறாரே பாரதியார், அவரோட சிலைக்குக் காலுக்கு அடியில இருக்கிற மணல், கொஞ்சம் கொண்டு வந்தா போதும்''.

''நிச்சயம் கொண்டு வர்றேன் யாழினி. ஆனா எதுக்கு அந்த மணல்?''

''என் தோட்டத்து பூத்தொட்டியில போடப்போறேன். அதில் வளர்ற பூக்கள் கண்களுக்கு கவிதை மாதிரி பூக்கட்டுமே!''

''உண்மையிலேயே சூப்பர் ஐடியா... யாழினி நிச்சயம் மறக்காம நீ கேட்ட பாரதியார் காலடி மணலை கொண்டு வர்றேன்''... என்று உறுதியாகக் கூறினாள் பூந்தளிர்.

## 13

கலெக்டர் அலுவலகம்.

கொடிமலரும், வந்தனாவும் கலெக்டருக்கு முன்னால் இருக்கைகளில் உட்கார்ந்து இருந்தார்கள்.

கலெக்டர் யோசித்துவிட்டு பிறகு சொன்னார்.

"நீங்க ரெண்டு பேர் சொல்றதும் எனக்கு ரொம்ப பிடிச்சிருக்கு ஆனா... அது எப்படி முடியும், அந்தக்கட்சித் தொண்டர்களும் இதை ஏத்துக்கணுமே".

"ஏன்சார்ஏத்துக்கமாட்டாங்க. அவங்களபொறுத்தவரைக்கும் அவங்க தலைவரோட பேர் நிலைக்கணும் அவ்வளவுதான்"– என்றாள் வந்தனா.

"ஆமா சார் அந்த இடம் ரொம்ப பெரிசா இருக்கு அந்தத் தலைவரோட நினைவின் அடையாளமா மூன்று மாமரங்களும் ரெண்டு புளிய மரங்களும் நடச் சொன்னாக்கா தொண்டர்கள் நிச்சயம் மறுக்க மாட்டாங்க சார்" – என்றாள் கொடிமலர்.

"பிரச்சினையை முடிவுக்குக் கொண்டு வரணும் சார். அந்த ரோட்டு ஓரத்து இடத்துல சிலை வச்சி ஆக வேண்டியது ஒண்ணும் கெடையாது. நீங்க அவுங்க பிடிச்ச இடத்தை அவுங்களுக்கே குடுத்துடுங்கன்னு நாங்க சொல்ல வர்ல. அவங்க தலைவர் பேர்ல மரங்கள் நடணும்னுதான் யோசனை சொல்றோம். அந்தத் தொண்டர்களைத் திருப்திபடுத்தின மாதிரியும் இருக்கும், சுற்றுச்சூழல் பாதுகாப்புக்காக மரங்கள் நட்ட மாதிரியும் இருக்கும்" – என்றாள் வந்தனா.

"தயவு செய்து நல்லா யோசிச்சுப் பாருங்க சார். சிலை வைக்கறதை விட'தலைவர் அருமைநாயகம் நினைவாய் நடப்பட்ட மரங்கள்' அப்படின்னு வேணும்னாலும் அவுங்க பேர் பலகை எழுதி மாட்டிக்கிடட்டுமே. சிலைகள் வைக்கறதுனால என்ன சார் பயன். மேலும் பணம் செலவாகும். ஆனா... மரங்கள் அப்படியா சார் சுற்றுப்புறச் சூழலை மாசுபடாம காக்கிற சுத்திகரிப்பு தெய்வங்கள் சார் மரங்கள்" – என்றாள் கொடிமலர்.

"சார் இன்னொரு விஷயம். சிலை வைக்கப் போறதா சொல்றாங்களே அந்த இடத்துக்கு ஒரு இருபது அடி தூரத்துல... ஒரு பழைய கிணறு தூர்ந்து போய் கிடக்கு. அது

ஊருக்குப் பொதுவா வெட்டின பழைய கிணறு. சிலைக்காகத் திரட்டி இருக்கிற நிதியை அந்த கிணத்த தூர் வார்றதுக்கு பயன்படுத்திக்கிட்டா, நாம் மரங்களுக்குத் தண்ணீர் தேடி எங்கேயும் போகாம பக்கத்துலேயே எடுத்துக்கலாமேஞ் ப்ளீஸ் தயவு செய்து யோசிங்க சார்'' – என்றாள் வந்தனா.

கலெக்டருக்கு நேரம் போனதே தெரியவில்லை. இருவரும் பேசப் பேசக் குறுக்கிடாமல் கேட்டுக் கொண்டே இருந்தார் அவர்.

யார் இவர்கள்! சிறுமிகளா இல்லை தனக்கு யோசனை சொல்வதற்காகக் கடவுளால் அனுப்பப்பட்ட தேவதைகளா? எப்படிப் பேசுகிறார்கள்! சுற்றுச் சூழலைப் பற்றி எவ்வளவு விழிப்புணர்வு! யார் கற்றுத்தந்தார்கள் இதனை!

எப்படி இவ்வளவு பெரிய நற்சிந்தனையும், மனித சமூகத்தின் மீதான அக்கரையும் – இவர்களால் எப்படி யோசித்துப் பார்க்க முடிகிறது!

இவ்வளவு பெரிய பிரச்சினைக்கு எவ்வளவு எளிமையான தீர்வு! ஏற்றுக் கொள்ளத் தகுந்த வகையில் ஒரு திட்டம். அவர்கள் சொன்ன யோசனையில் ஒரே ஒரு வார்த்தையைக் கூட நிராகரிக்க முடியவில்லை.

சிலை வைப்புப் பிரச்சினைக்கு முடிவு எடுக்க முடியாமல் தத்தளித்துக் கொண்டிருந்த கலெக்டர் மனதில் இப்பொழுது நம்பிக்கையின் ஒளிக்கீற்று.

இனி அந்தத் தொண்டர் கூட்டத்தைச் சரிகட்டிவிடலாம். சாலை மறியல் நடக்காமல் சமாளித்து விடலாம். வன்முறை நடக்கவிடாமல் அவர்களை வழிக்குக் கொண்டு வந்துவிடலாம்.

யோசித்துவிட்டு கலெக்டர் சொன்னார்.

''கொடிமலர், வந்தனா உங்க ரெண்டு பேருக்கும் வெறும் வார்த்தையில் மட்டும் நன்றி சொல்லி முடிச்சிக்க நான் தயாராயில்ல. உரிய நேரத்தில, உரிய வகையில உங்க ரெண்டு பேரையும் நான் கவுரவப்படுத்தியே ஆகணும். உங்க யோசனைக்கு ரொம்ப நன்றி''.

கலெக்டர் தனது டிரைவரைக் கூப்பிட்டு, கொடிமலர்,

வந்தனா இவருவரையும் ஜீப்பில் கொண்டுபோய் விட்டுவிட்டு வரும்படி உத்தரவிட்டு அனுப்பி வைத்தார்.

## 14

ஊதாங்கோல் தாத்தாவிற்கு மிகவும் ஆச்சரியமாக இருந்தது. இவ்வளவு குறுகிய காலத்தில். இவ்வளவு எளிமையாகப் படிக்கக் கற்றுக் கொள்வோம் என்று அவரே அவரை நம்பவில்லை. கற்றுக்கொள்வதற்கு வயது ஒரு சிரமமோ அல்லது தடையோ இல்லை என்பதை அவர் உணர்ந்து கொண்டார்.

பத்திரிக்கையை படிப்பதற்குத் தேவாவின் உதவியோ அல்லது சீனியின் உதவியோ அவருக்கு இனிமேல் தேவைப்படாது.

சசி டீக்கடையில் இப்பொழுதெல்லாம் அவரே பத்திரிக்கையை எடுத்துப் படிக்க ஆரம்பித்தார். அப்படி அவரே பத்திரிக்கை படிப்பதை எல்லோரும் அதிசயமாய்ப் பார்த்தார்கள்.

ஊரில் கல்வி அறிவு இல்லாமல் ஒருவரும் இருக்கக் கூடாது என்றும் அவர் யோசிக்க ஆரம்பித்தார். இனி அவராலேயே வேறு ஒருவருக்குக் கற்றுத்தர முடியும் என்கிற நம்பிக்கையும் ஏற்பட்டது.

ஆனால் தனக்கு டீச்சரம்மாவைப் போல இருந்து பொறுமையோடு பாடம் கற்பித்த யாழினிக்கு ஏதேனும் செய்ய வேண்டும் என்று அவர் அடிக்கடி நினைத்துக் கொண்டார்.

ஆனால் எதைச் செய்வது? யாழினிக்கு எது பிடிக்கும்? எதைச் செய்தால் யாழினிக்கு திருப்தி ஏற்படும் என்றெல்லாம் அவர் யோசித்துப் பார்த்தார்.

தாத்தா இப்படி யோசிப்பதெல்லாம் யழினிக்குத் தெரியாது. எதையும் எதிர்பார்த்து அவள் தாத்தாவிற்குப் பாடம் சொல்லித்தரவில்லையே.

தாத்தா இவ்வளவு சீக்கிரம் படிக்கக் கற்றுக் கொண்டதே

அவளுக்கு மிகுந்த மகிழ்ச்சியாக இருந்தது.

தான் வைத்த செடியில் பூ பூக்கும் போது எவ்வளவு மகிழ்ச்சி ஏற்படுமோ அந்த அளவிற்கு யாழினி சந்தோஷப்பட்டாள். தன் உழைப்பு ஒரு நல்ல பயனைத் தந்ததே என்கிற திருப்தி அவளுக்கு.

விதை செடியாகி, செடியில் மொட்டுவிட்டுப் பூவாக மலர்வதைப் பார்ப்பதே பரவசமான விஷயம். அப்படிப்பட்ட பரவசம் ஏற்பட்டது யாழினிக்கு.

கல்வியற்ற ஒருவருக்குக் கல்வி கொடுத்தது – பார்வை இல்லாதவனுக்குக் கண்ணாடி கொடுத்தது மாதிரி என்று சொல்வதை விட கண்ணே கொடுத்த மாதிரி என்று சொன்னால் பொருந்தும்.

இப்படி கண்கொடுத்த யாழினிக்குக் கைமாறு செய்ய வேண்டும் என்பது ஊதாங்கோல் தாத்தாவின் உள்ளத்தில் ஏற்பட்டுவிட்ட உணர்ச்சி.

ஆனால் எதைச் செய்வது. எது யாழினிக்குப் பிடிக்கும் என்று அவர் யோசித்துக் கொண்டே இருந்தார்.

அன்று...

மாலை பள்ளிக்கூடம் விட்டு வழக்கம் போல வீட்டுக்குச் சென்றாள் யாழினி. வீட்டுக்குள் நுழைந்த அவளுக்கு ஓர் ஆச்சர்யம் காத்திருந்தது.

நடு கூடத்து மூலையில் என்றைக்கும் இல்லாமல் இன்று புதிதாக ஒரு பூந்தொட்டி இருந்தது. அதில் மிகவும் அழகாக ஒரே ஒரு ரோஜாப்பூ மஞ்சள் நிறத்தில் மலர்ந்தும், அதே சமயத்தில் முழுவதும் மலராமலும் தலையாட்டுவது போல லேசாக ஆடிக்கொண்டிருந்தது...

யாழினிக்கு முகத்தில் ஆச்சரியமும், மகிழ்ச்சியும் பொங்கியது.

“ஐ... அம்மா ஏதும்மா... இந்த ரோஜாப்பூ தொட்டி...”' – என்று கத்திக்கொண்டே பூந்தொட்டியின் அருகே போய் முட்டி போட்டு உட்கார்ந்து கொண்டே கேட்டாள்.

“யாழினி எனக்கு ரொம்ப நல்லாவே தெரியும் நீ ஸ்கூல்லேர்ந்து வந்ததும் வராததுமா இப்படி கத்திக்கிட்டே கேப்பேன்னு. மொதல்ல போய் முகம், கை, கால் கழுவிக்கிட்டு வா பிறகு சொல்றேன்”– என்றாள் அம்மா...

“முடியாது எனக்கு இப்பவே சொல்லணும்”– என்று சிணுங்கினாள் யாழினி.

“ஊதாங்கோல் தாத்தா கொஞ்சம் முன்னாடிதான் வந்து இத உனக்குப் பரிசா குடுத்திடச் சொல்லி வச்சிட்டு போனார்”– என்றார் அம்மா. யாழினிக்கு மகிழ்ச்சி தாங்க முடியவில்லை, இதைவிட வேறு எதுவும் அவளுக்குப் பெரிய பரிசாக இருக்க முடியாது.

“யாழினி... சொல்ல மறந்துட்டேன். தாத்தா இந்த லெட்டரையும் குடுத்து உங்கிட்ட குடுத்துடச் சொன்னார்.” – என்று சொல்லி தாத்தா கொடுத்துவிட்டுச் சென்ற கடிதத்தை யாழினியிடம் கொடுத்தார் அம்மா.

இதயமெல்லாம் மகிழ்ச்சி ஊற்றுப் பொங்க அந்த கடிதத்தைப் பிரித்து மனசுக்குள் மெதுவாக ஒவ்வொறு வார்த்தையாகப் பார்த்தாள் யாழினி. மொத்தை மொத்தையான கையெழுத்தில் எழுதப்பட்டிருந்தது அந்தக் கடிதம்.

அன்புள்ள குட்டி டீச்சரம்மாவுகு,

ஊதாங்கோல் தாத்தா எழுதிக் கொண்டது.

உன் உதவியில்லாமல் நான் கல்வியறிவு பெற்றிருக்கவே முடியாது.

இந்தச் சின்ன வயதில் உனக்கு எவ்வளவு பெரிய சேவை மனப்பான்மை!

கடவுள் உன்னை மேலும் உயர்த்துவார் என்பது என் நம்பிக்கை.

என் டீச்சரம்மாவுக்கு நான் குருதட்சிணை கொடுக்காமல் இருப்பது என் மனசுக்குச் சங்கடமாக இருந்தது.

மாதா, பிதா, குரு, தெய்வம் என்று நீதானே எனக்குத் தமிழ்ப் புத்தகத்திலிருந்து சொல்லிக் கொடுத்தாய். சொல்லிக்

கொடுத்த குரு நீ – தெய்வத்துக்கு சமம்.

தெய்வத்துக்குப் பூக்களைக் காணிக்கையாகப் படைப்பது தான் நியாயமும் கூட. எனவே உனக்கு இந்த பெங்களூர் ரோஸ் பூந்தொட்டி என் காணிக்கை. என் பரிசு.

நீ நன்றாக வாழ வேண்டும்.. வாழ்வாய்.

அன்புடன்

உன் மாணவன்

**ஊதாங்கோல் தாத்தா**

கடிதத்தைப் படித்த யாழினிக்கு மகிழ்ச்சியில் ஆட வேண்டும் போல இருந்தது.

## 15

"கலெக்டர் நிச்சயமாக நல்ல முடிவுதான் எடுப்பார் வந்தனா எனக்கு அந்த நம்பிக்கை இருக்கு" – என்றாள் கொடிமலர்.

"எனக்கும் அந்த நம்பிக்கை இருக்கு கொடிமலர்" – என்றாள் வந்தனா.

"நீ வேணும்னா பாரேன் இந்த ஒரு வாரத்திலேயே இந்த சிலை வைக்கற பிரச்சினையை மரம் நடும் நல்ல நிகழ்ச்சியா மாத்தி காட்டிடுவார்"

"அதுல ஒண்ணும் சந்தேகமில்லை. ஆனா அந்தக் கட்சித் தொண்டர்களை நெனைக்கும்போதுதான் எனக்கு கொஞ்சம் மனசு நெருடலா இருக்கு" – வந்தனா சொன்னாள்.

"அப்படிப்பட்ட நெருடலே உனக்கு வேண்டியதில்லை. பிரச்சினையை அழகா எடுத்துச் சொல்லி புரிய வைக்கிற திறமை நம்ம கலெக்டருக்கு உண்டு. அதுவும் இல்லாம நம்ம மாவட்ட கலெக்டர் ரொம்பவும் நேர்மையான மனிதாபிமானமுள்ள மனிதர்".

"உண்மைதான் கொடிமலர். எனக்கு நம்ம பூந்தளிர் விஷயத்தைக் கேள்விப் பட்ட உடனே கலெக்டர் மேல நான் வச்சிக்கிட்டு இருந்த மதிப்பும், மரியாதையும் கூடிடுச்சி".

“ஆமா வந்தனா, நானும் அதைத்தான் சொல்ல வந்தேன். அவர் நெனச்சிருந்தா சுடிதார் எடுத்துக் குடுக்காமலே இருந்திருக்கலாம். அரசாங்க பணத்தை பயன்படுத்தாம தன்னோட சொந்தப் பணத்துலியே சுடிதார் எடுத்து குடுத்து அனுப்பி இருக்கார்னா அவர் கிரேட்தான்”.

“அதுல ஒரு விஷயத்தை நீ யோசித்து பார்த்தியா, பூந்தளிர் சேர்த்து வச்ச பணத்தை ஒரிசா புயல் நிவாரண நிதியா கொடுத்திருக்கா. அவள் மட்டும் என்ன வசதி படைச்ச பணக்கார பெண்ணா. அவளோட மனசு எவ்வளவு உயர்ந்தது எவ்வளவு தூய்மையானது. அதுதான் ரொம்ப முக்கியம்”. – என்றாள் வந்தனா.

“எனக்கு உண்மையிலேயே ரொம்ப சந்தோசமா இருக்கு வந்தனா. நம்ம நண்பர்கள் எல்லோருக்குமே நல்ல சிந்தனையை கொடுத்திருக்கார் கடவுள். பூந்தளிரை வாயார வாழ்த்துற நம்ம ஊர் ஜனங்க யாழினியைப் பத்திக்கூட ரொம்ப பெருமையா பேசிக்கிறாங்க”.

“நம்ம எல்லோரையும் விட யாழினி தான் சிறந்தவ. நீ என்ன சொல்லற கொடிமலர்?”

“ஒத்துக்கறேன் வந்தனா. படிக்கத்தெரியாத ஊதாங்கோல் தாத்தாவுக்குப் படிக்கச் சொல்லி கொடுத்திருக்காளே... அது எவ்ளோ பெரிய சேவை.”

## *16*

கலெக்டர் அலுவலகம் படபடப்பாக இருந்தது.

கட்சித் தொண்டர்களோடு இன்று கலந்தாலோசிக்கத் திட்டமிட்டிருந்தார் கலெக்டர். சிலை வைப்புப் பிரச்சினைக்கு ஒரு நல்ல முடிவு எடுத்தாக வேண்டும்.

சிலைக்கு பதிலாக அருமைநாயகம் பேரில் மரங்கள் நட்டுப் பராமரிக்க அனுமதி அளிக்கத் தயாராக இருப்பதாகச் சொல்ல வேண்டும்.

ஒரு வேளை தொண்டர்களும், அவர்களை வழி நடத்திச்

செல்லும் மற்ற தலைவர்களும் இந்த முடிவுக்கு ஒத்து வராவிட்டால் நாளைக்கு ஆலோசனைக் கூட்டத்தைத் தள்ளிப்போட வேண்டும்.

நாட்கள் இழுத்துக் கொண்டு தள்ளிப் போனாலும், கட்சித் தலைவர்களையும், தொண்டர்களையும் எப்படியாவது நல்வழிப்படுத்தி மரம் நடும் முடிவுக்குக் கொண்டுவந்து சமரசம் செய்ய வேண்டும்...

இப்படியெல்லாம் கலெக்டர் மனதில் ஒரு தீர்மானமான முடிவோடும், திட்டத்தோடும் காத்திருந்தார்.

திட்டமிட்டபடி வெள்ளை வேட்டி, சட்டை மேல் துண்டுகளோடு கட்சியைச் சேர்ந்த தொண்டர்களும் இதர முக்கியஸ்தர்களும் அந்த மாலை ஆலோசனைக் கூட்டத்திற்கு வரத் தொடங்கினார்கள்.

கலெக்டர் அலுவலக ஆலோசனை அரங்கம் கொஞ்சம் கொஞ்சமாக நிரம்பிக் கொண்டிருந்தது.

மாலை 5.30 மணிக்கு ஆலோசனை துவங்கியது.

சனிக்கிழமை.

மதியத்திற்கு மேல் யாழினி உலக வரைபடத்தை வைத்துக் கொண்டு புவியியல் பாடம் படித்துக் கொண்டிருந்தாள்.

தென் ஆப்பிரிக்கா வரைபடத்தைப் பார்க்கும்போது யாழினிக்கு வரலாற்று ஆசிரியர், காந்தி தென் ஆப்பிரிக்காவில் நடத்திய போரட்டத்தைப் பற்றி பாடமாக நடத்தியது நினைவு வந்தது.

நாடு விட்டு நாடு சென்றாலும், அகிம்சையை ஆயுதமாக்கிப் போராடிய அண்ணலின் துணிவை எண்ணி அவள் வியந்து போனாள். காந்திஜிக்கு எவ்வளவு துணிவு. அக்கிரமத்தை எதிர்க்கும் மனப்பான்மை அதற்காக அகிம்சையைப் பயன்படுத்திய தெளிவு... அவள் யோசித்துக் கொண்டிருக்கும் போதே...

“யாழினி...”

– என்று கூப்பிட்டுக் கொண்டே கொடிமலரும்,

வந்தனாவும் உள்ளே

வந்தார்கள்.

"ஏய் கொடிமலர், வந்தனா வாங்க வாங்க"– என்றாள் யாழினி.

கொடிமலரும் வந்தனாவும் உள்ளே வந்து உட்கார்ந்து கொண்டார்கள். யாழினி இருவருக்கும் தண்ணீர் கொண்டு வந்து கொடுத்ததாள். கொடிமலர் சுவரைப் பார்த்துக் கேட்டாள்.

"என்ன யாழினி எல்லோரும் சுவத்துல ஏதாவது படம் மாட்டுவாங்க. நீ வேற எதையோ சட்டம் போட்டு மாட்டி–யிருக்க."

"அது வேற எதுவோ இல்ல கொடிமலர். ஊதாங்கோல் தாத்தா அவர் கைப்பட எழுதின லெட்டர். கையெழுத்து பிரமாதமா இல்லாட்டியும், ரொம்ப உயர்வானதா அதை நான் மதிக்கறேன். அதனாலதான் அதைச் சட்டம் போட்டு மாட்டி–யிருக்கறேன்."

"எண்ணத்துல நீ உயர்ந்துகிட்டே போற யாழினி." – என்றாள் வந்தனா.

"உண்மைதான். சிலர் பணத்துல உயர்ந்துகிட்டே போவாங்க... சிலர் பதவியில உயர்ந்துகிட்டே போவாங்க... ஆனா நீ பண்பாலேயும், எண்ணத்தாலேயும் உயர்ந்துக்கிட்டே போறே. கீப்இட்அப்."– என்றாள் கொடிமலர்.

"உங்கள விட்டா ரொம்ப புகழ்ந்து தள்ளிடுவீங்க வாங்க வாசல் பக்கம் புதுசா பூந்தொட்டி வச்சிருக்கேன் பார்த்துட்டு வருவோம்." – என்று அழைத்தாள் யாழினி.

மூவரும் வாசலுக்கு முன்னால் இருந்த தோட்டப் பகுதிக்கு வந்தார்கள். பவழ மல்லி மரம் பூ பூத்து வாசனை வீசிக் கொண்டிருந்தது.

செடிகளுக்கு தண்ணீர் போவதற்காகக் கால்வாய் மாதிரி வெட்டி விடப்பட்டிருந்தது. யாழினி பூக்களின் பெயரைச் சொல்லி ஒவ்வொன்றாக விளக்கிக் கொண்டிருந்தாள்.

"யாழினி... போஸ்ட்" – என்று தெருவில் இருந்து குரல்

கொடுத்தார் போஸ்ட் மேன் பெருமாள். யாழினி ஓடிச் சென்று கடிதத்தை வாங்கிக் கொண்டாள்.

"அட... கொடிமலரும், வந்தனாவும் இங்கதான் இருக் கீங்களா... உங்க ரெண்டு பேருக்குங்கூட லெட்டர் வந்திருக்கு" – என்று இரண்டு கடிதங்களை கொடுத்து விட்டு போய்விட்டார் போஸ்ட் மேன் பெருமாள்.

"ஏய்... நம்ம மூனு பேருக்கும் கடிதம் வந்திருக்கு உனக்கும் எனக்கும் ஒரே மாதிரியான கவர். ஆனா யாழினிக்கு வேற மாதிரியான கவர் வந்திருக்கு" – என்றாள் வந்தனா.

"அதிருக்கட்டும் முதல்ல யாரு கடிதத்த பிரிச்சிப் படிக்கப் போறீங்க?"– என்றாள் கொடிமலர்.

அவர்கள் இப்படிப் பேசிக் கொண்டிருக்கும் போதே தேவா மூச்சி வாங்க கையில் பத்திரிக்கையோடு அங்க வந்து கேட்டான்.

"கொடிமலர் இன்னைக்கு பேப்பர் படிச்சியா?"

"படிக்கலையே தேவா. ஏன் கேக்கறே?"

"நம்ம ஸ்கூல் பேர் போட்டிருக்கு"– என்றான்.

கொடிமலரும் வந்தனாவும் பத்திரிக்கையை வாங்கி பார்த்தார்கள்.

துளிர் பள்ளி மாணவர்கள் ஆலோசனை.

கலெக்டரோடு க.க.கட்சி சமரசம். தலைவரின் நினைவாக மரம் நடுவதாகத் தொண்டர்கள் உறுதிமொழி.

கொடிமலருக்கும் வந்தனாவுக்கும் புரிந்துவிட்டது. தங்கள் கனவும் தங்களின் முயற்சியும் உண்மையாகிவிட்டது. அந்தச் செய்தியைப் பார்க்க... பார்க்க சந்தோஷமாக இருந்தது இருவருக்கும்.

யாழினிக்கு முழுமையாக விஷயம் புரியவில்லை.

கடிதங்கள்!

அந்தக் கடிதங்கள். அவைகளும் மகிழ்ச்சியான செய்தியைத்தானே தாங்கி வந்திருக்க வேண்டும்.

மூவரும் அவரவர் கடிதங்களைத் தோட்டத்திலேயே பிரித்து மவுனமாகப் படித்தார்கள். படிக்க... படிக்க மூவருக்கும் முகத்தில் புன்னகை கூடிக்கொண்டே வந்தது.

கொடிமலருக்கும் வந்தனாவுக்கும் வந்திருந்தவை அழைப்பிதழ்கள். அதில் அச்சிடப்பட்டிருந்தது...

**அருமைநாயகம் நினைவு மரம் நடும் விழா**

**தலைமை : கொடிமலர்**

**முன்னிலை : வந்தனா**

**சிறப்புரை : மாவட்ட கலெக்டர்**

மனதில் மகிழ்ச்சி பொங்கியது வந்தனாவுக்கும், கொடிமலருக்கும். இருவருக்கும் கலெக்டர் கடைசியாகச் சொன்ன வார்த்தைகள் நினைவுக்கு வந்தன.

"உங்க யோசனைக்கு ரொம்ப நன்றி உரிய நேரத்துல, உரிய வகையில உங்க ரெண்டு பேரையும் நான் கவுரவப்படுத்தியே ஆகணும்."

கலெக்டர் சொன்ன வாக்கைக் காப்பாற்றி விட்டார். உயர்ந்த மனிதர் என்பதை நிரூபித்து விட்டார்.

மரம் நடும் விழாவுக்கு தலைமை தாங்கவும் முன்னிலை வகிக்கவும் எத்தனையோ பேர்கள் இருக்கும் போது சிறுமிகளான தங்களை அவர் தேர்ந்தெடுத்திருப்பது எதற்காக?

கொடிமலருக்கும், வந்தனாவுக்கும் தெரியாது – அவர்கள் இருவரும் வயதில் மட்டுமே சிறியவர்கள் என்று ஆனால் சிந்தனையில்?

சந்தோஷத்தில் இருவருமே யாழினியை மறந்து போனார்கள். பிறகு விஷயத்தை யாழினிக்கும் தேவாவுக்கும் விளக்கி சொன்னார்கள். கடைசியாக யாழினி சொன்னாள்.

"உங்களைப் போலவே எனக்கும் சந்தோஷமான செய்திதான் இந்தக் கடிதத்துல எழுதியிருக்கு அது என்னவாயிருக்கும் சொல்லுங்க பார்க்கலாம்...?"

"ஏய்... ஆர்வத்தை தூண்டாதே யாழினி ப்ளீஸ்...

சொல்லுப்பா...'' என்றான் தேவா.

“மலர் கண்காட்சி நடந்துச்சி இல்லயா அதுல என்னோட பூந்தொட்டிதான் மாநில அளவுல முதல் பரிசுக்கு தேர்ந்தெடுக்கப்பட்டிருக்காம்''– என்றாள் சாந்தமாகவும் சந்தோஷமாகவும்.

“அப்படியா வாழ்த்துக்கள்'' – என்றாள் வந்தனா.

“கேக்கவே ரொம்ப சந்தோஷமா இருக்கு யாழினி''– என்றாள் கொடிமலர்.

“இனிமே உன்ன யாழினின்னு கூப்பிட மாட்டேன் பூவினின்னுதான் கூப்பிடப் போறேன்'' – என்றான் தேவா.

நால்வரும் சிரித்துக் கொண்டார்கள்.

மரம் நடும்விழா நல்ல செய்தியைத் தங்கள் பெற்றோருக்கு சொல்ல வேண்டும் என்று விடைபெற்றுக் கொண்டார்கள் கொடிமலரும் வந்தனாவும். தேவா கொண்டுவந்திருந்த பத்திரிக்கையை எடுத்துக் கொண்டு யாழினியிடம் சொல்லிவிட்டு வீட்டுக்குப் போய்விட்டான்.

தோட்டத்தில் பூத்தொட்டியில் பூத்திருந்த பூக்கள் எல்லாம் யாழினியைப் பார்த்துச்சிரிப்பது போல இருந்தன. ஊதாங்கோல் தாத்தாவின் மஞ்சள் நிற ரோஜா நன்றாக முழுவதுமாக மலர்ந்து தலையாட்டிக் கொண்டிருந்தது. ரொம்ப நேரம் அதையே பார்த்தபடி நின்றிருந்தாள் யாழினி.

அவள் நினைத்துக் கொண்டாள் – பூக்கள் நிஜமாகவே புனிதமானவை. நல்லவர்களின் மனசு போல...!

**முற்றும்**

# கடவுளின் அட்ரஸ்

**ப**ஸ் அவர்களைக் கடந்து செல்லும்பொழுது, புழுதியைக் கிளப்பிவிட்டுச் சென்றது. செம்மண் புழுதி கிளம்பி, எங்கும் புழுதி மண்டலம். கிளம்பிய புழுதி மீண்டும் அடங்குவதற்கு எப்படியும் இரண்டு நிமிடங்கள் ஆகும்.

அந்த மண் சாலையின் இரு பக்கங்களிலும் உள்ள வேலிகாத்தான் முள்செடி, எருக்கம்பூச்செடி, கோவை இலைச் செடி அனைத்தும் தூசி படிந்து, காவி நிறம் ஏறிப் போ–யிருந்தன.

புழுதி இன்னும் அடங்கவில்லை.

தாராவும், மேகலாவும் கைக்குட்டையால் மூக்கை மூடிக்கொண்டார்கள். கண்களில் கூட தூசி பட்டுவிடும் என்பதற்காக, கண்களைச் சுருக்கி, இமைகளை இறுக்கிக்கொண்டார்கள்.

இருவரும் தினமும் அதே வழியாகத்தான் வழக்கமாக பள்ளிக்குச் செல்லவேண்டும். இந்தக்காவி மண் சாலை வழியாகச் சென்றால், விழுதுகளை விரித்துப் போட்டுக்கொண்டு தலை வாராத அழுக்குப் பெண் மாதிரி ஒரு பெரிய ஆலமரம் நிற்கும்.

ஆலமரத்துக்கு எதிர்ப்புறமாய் இடதுபுறத்தில்தான் அந்த பஸ் திரும்பியாகவேண்டும். பிறகு அது தேனூருக்குப் போய்விடும். ஆலமரத்தைச் சுற்றிக் கொண்டு வலது பக்கமாய்த் திரும்பினால் பஸ் போகமுடியாத அளவுக்கு ஒரு குறுக்குச் சாலை.

அந்தக் குறுக்குச் சாலையில்தான் ஒரு சின்ன போஸ்ட் ஆபீஸ். வெளியே இருக்கி, விளக்கு கம்பத்தில் சிகப்பு நிறமாய் ஒரு தபால் பெட்டியைத் தொங்கவிட்டிருக்கிறார்கள்.

போஸ்ட் ஆபீசுக்கு எதிர்த்த வாடையில் சற்று தள்ளி ஒரு பிள்ளையார் கோயில். வெளியில் ஒரு புங்கமரம் இருக்கிறது. அதன் நிழலில்தான் எப்பொழுதும் ஒரு கோணிப்பை போட்டு

ஒருவர் உட்கார்ந்திருப்பார். அல்லது சில நேரங்களில் படுத்திருப்பார். அவருக்குப் பக்கத்தில் ஒரு அலுமினியக் கிண்ணம்.

“இந்த செம்மண் ரோடு மட்டும் எனக்குப் பிடிக்கவே இல்ல மேகலா” என்றாள் தாரா.

“ஏன் அப்படி சொல்றே...?” மேகலா கேட்டாள்.

“பின்ன என்ன மழை காலத்துல கால் செருப்புல எல்லாம் செம்மண் சேறு. கொழ கொழன்னு ஒரே சகதி. வெயில் காலத்துல என்னடீன்னா பஸ் போச்சினாலே ஆளையே முழுங்கிற மாதிரி புழுதி மேகம்.”

“சரி அதுக்காக இந்தப்பக்கமே வராம இருந்துட முடியுமா? எப்படிப் பார்த்தாலும் ஸ்கூலுக்கு போக இதவிட்டா வேற வழி இல்ல தாரா.”

அவர்கள் இரண்டு பேருக்கும் எதிரில் கீரிப்பிள்ளை ஒன்று குறுக்காக ஓடி புதர் செடிகள் மத்தியில் மறைந்தது.

“நீ சொல்றதும் சரிதான், அதனாலதான் புழுதியையும், சகதியையும் பொருட்படுத்தாம ஸ்கூலுக்கு வரோம். இந்தப் ரோட்ட விலகிட்டு கழனி காட்டுலயா நாம இறங்கி நடந்து போக முடியும்.”

இருவரும் இப்பொழுது ஆலமரத்தைக் கடந்து வலது குறுக்குத் தெருவில் நுழைந்தார்கள்.

“ஏய் மேகலா ஒரு நிமிஷம். மறந்தே போய்ட்டேன்டி,” என்று ஒரு நிமிடம் நின்று தன் பையில் இருந்த சிறிய பெட்டியை எடுத்தாள் தாரா. பையை மறுபடியும் தோளில் மாட்டிக்கொண்டு, கையிலிருந்த பெட்டியைத் திறந்தாள். பெட்டியில் கொஞ்சம் பட்டாணி, இரண்டு பெரிய நெல்லிக்காய் இருந்தன. கூடவே ரப்பர் துண்டு, குட்டி பென்சில், பலப்பம், வரலாறு புத்தகத்திலிருந்து கிழிந்த அக்பர் படம் ஆகியவை இருந்தன.

“மறந்தே போயிட்டேன்டி... உனக்கு நெல்லிக்காய் கொடுக்கணும்னு இருந்தேன். இந்தா உனக்கு ஒண்ணு எனக்கு ஒண்ணு” கொடுத்து விட்டு பெட்டியை மூடி பையில்

போட்டாள் தாரா.

இப்பொழுது இருவரும் போஸ்ட் ஆபீஸ் கடந்து, பிள்ளையார் கோயில் அருகில் நடந்து வந்தார்கள். கோயில் உள்ளே சென்று சாமி கும்பிட்டார்கள். தாரா மட்டும் பூசாரி காட்டிய கற்பூரத் தட்டில் காசு போட்டாள். மேகலா வெளியே வந்து, புங்க மரத்து நிழலில் உட்கார்ந்திருந்த முதியவரின் அலுமினியக் கிண்ணத்தில் காசு போட்டாள். இருவரும் தினந்தோறும் தவறாமல் செய்யும் வழக்கம் இது.

“நானும் கேக்கணும், கேக்கணும்னு இருந்தேன் மேகலா. நீ மட்டும் பூசை தட்டிலே காசே போட்டதில்லை. ஆனா தினமும் ஏண்டி வெளியே இருக்கிற தாத்தாவுக்கு காசு போட்ற. அதையே சாமிக்கு போடக் கூடாதா?”

“அம்மாதாண்டி வயசானவங்களுக்கு உதவி செய்யச் சொன்னாங்க! சாமிக்கு உதவி செய்ய எத்தனையோ பேர் இருக்காங்க... ஆனா இந்த தாத்தா பாவம். அதனாலதான் இவருக்கு காசு போட்டுட்றேன்” என்றாள் மேகலா.

“நீ சொல்லறதுல உண்மை இருக்கு மேகலா. ஆனா உங்கம்மா இப்படி செய்யச் சொன்னதா சொல்றியே?”

“நெஜமாதாண்டி! ”

“நீ சொல்லறத நான் நம்புறேன். ஆனா அம்மா சொன்னாங்கன்னா. இதுக்கு வேற ஏதாவது முக்கிய காரணம் இருக்கும்.”

“அதுக்கு என்ன செய்யலாங்கிறே?”

“காரணத்தை உங்க அம்மாகிட்டயே கேட்டா என்ன?”

“செய்யலாமே... தப்பில்லையே.”

பேசிக்கோண்டே இருவரும் பள்ளிக்குச் சென்றார்கள்.

அன்று ஞாயிற்றுக்கிழமை.

மேகலாவின் அம்மா குழிப்பணியாரம் சுட்டுத் தந்தார். குழிப்பணியாரத்தில் கருப்பு புள்ளிகளாய் பொரித்த கடுகும், சிவப்பு மிளகாய்த் துண்டும் இருந்தன.

“...ப்பா... ரொம்ப சூடா இருக்கும்மா...!” – என்று இரண்டு கைகளிலும் மாற்றி மாற்றி சூடாற்றிக் கொண்டாள் மேகலா.

சூடான குழிப்பணியாரத்தை பிய்த்து பிய்த்து தின்னும்போதே தாரா அங்கு வந்து சேர்ந்தாள்.

“நல்ல நேரத்துல வந்தே தாரா, நீயும் ரெண்டு குழிப்பணியாரம் சாப்பிடு...”– என்று அம்மா கொடுத்தாள்.

சாப்பிட்டுக்கொண்டே இருவரும் வீட்டுக்கு வெளியில் வேப்பமர நிழலில் போடப்பட்டிருந்த கயிற்றுக் கட்டிலின் மீது உட்கார்ந்து கொண்டார்கள்.

உள்ளே போய் சொம்பில் தண்ணீர் கொண்டு வந்த அம்மா, அவர்களோடு போய் உட்கார்ந்து கொண்டாள். சாப்பிட்டுக் கொண்டே பேசினார்கள்.

“அம்மா... தாரா உங்ககிட்ட ஏதோ சந்தேகம் கேக்கணும்னு சொன்னா”––– என்றாள் மேகலா.

“என்ன சந்தேகம்”– அம்மா கேட்டாள்.

“தாராவே கேக்கட்டுமே”.

“இல்லம்மா... சாமிக்கு காசு போடாம, ஏழைகளுக்கு காசு போடச் சொன்னீங்கலாம், அதான் ஏன்னு கேக்கலாம்னு இருந்தேன்.”– என்றாள் தாரா.

“நீங்க ரெண்டு பேருமே இதுக்குப் பதில் தெரிஞ்சுக்கறது நல்லது...”

“ஹ்ஹ்... ஹஆ.!” என்றாள் மேகலா.

“என்னடி...?”

“மொளகாயக் கடிச்சிட்டேன்”.

“சரி தண்ணியக் குடி.” சொல்லிவிட்டு அம்மா மீண்டும் பேசினார்.

“மேகலா, தாரா... ரெண்டு பேரும் நல்லா கவனிங்க. நாம போஸ்ட் பாக்ஸ்ல லெட்டர் போட்டா அது எங்க போவுது தெரியுமா?”

“போஸ்ட் ஆபீசுக்குப் போவும்.” என்றாள் தாரா.

“சரி. லெட்டர் நேரடியா போஸ்ட் ஆபீஸ் உள்ளயே போய் போட்டா அந்த லெட்டர் திரும்பி போஸ்ட் பாக்சுக்கு வருமா?”

“அது எப்படி வரும். போஸ்ட் பாக்சுல போட்ற லெட்டர்தான் போஸ்ட் ஆபீசுக்குப் போவும். போஸ்ட் ஆபீஸ்ல போட்டா போஸ்ட் பாக்சுக்கு திரும்பி வரதுக்கு வாய்ப்பே இல்லையே...!” என்றாள் மேகலா.

“அதே மாதிரிதான். ஏழைகளுக்கு செய்யற உதவி கடவுளுக்குப் போய் சேரும். ஆனா கடவுளுக்கே போய் நேரடியா தர்மம் பண்ணினா அது ஏழைகளுக்குத் திரும்ப வராது. இப்ப புரியுதா...? என்றாள் அம்மா.

“ஓஹோ... அதனாலதான் ‘ஏழையின் சிரிப்பில் இறைவனைக் காண்போம்’ னாரா அறிஞர் அண்ணா?

“படுசுட்டி புரிஞ்சுகிட்டியே!” என்று தாராவின் குண்டு கன்னத்தைச் செல்லமாகக் கிள்ளினார் அம்மா.

# “மதர் இருக்காங்களா?”

**சு**மதிக்கு நேர் வகிடெடுத்து இரட்டை ஜடை போட்டு விட்டார் அம்மா. பக்கத்தில் இலையில் சுற்றியிருந்த மல்லிகைப்பூ சரத்தை எடுத்துப் பாதியாகப் பல்லால் கடித்து, சுமதியின் வலது பக்க ஜடையில் தொங்க விட்டார். பிறகு சுமதி மஞ்சள் நிற சுடிதார் போட்டுக் கொண்டாள். நெற்றியில் மஞ்சள் நிற ஸ்டிக்கர் பொட்டு வத்துக் கொண்டாள்.

“ஏன் சுமதி, இன்னைக்கு ஞாயிற்றுக்கிழமை, உட்கார்ந்து “ஹோம் ஒர்க்” எழுதாமே இப்படி ரெடியாயிட்டே?” என்றார் அம்மா.

“பத்து மணிக்கு வித்யா டி.வி.எஸ். 50 கொண்டு வரண்ணு சொன்னா, நாங்க ரெண்டுபேரும் டவுன்ஷிப் மைதானத்துல போய் ஓட்டப் போறோம்.”

சொல்லிக் கொண்டிருக்கும்போதே வெளியில் வண்டி சப்தம் கேட்டது. வெளியில் வித்யா வண்டியோடு நின்றிருந்தாள்.

“அம்மா... வித்யா வந்துட்டா. நாங்க போய்ட்டு வரோம்.” சொல்லிக் கொண்டே ஓடி சுமதி பின்னால் ஏறிக் கொண்டாள். வண்டி புறப்பட்டது.

“உனக்குப் பயமா இல்ல வித்யா?”

“ஏன் டீ?”

“இப்பதான் நாம ஒன்பதாவது படிக்கிறோம். அதுக்குள்ளேயே இந்த வண்டிய ஓட்ரோமே, போலீஸ் பிடிச்சிக்காதா?”

“தப்புதான் சுமு, நாம என்ன மெயின் ரோட்லியா ஓட்டப்போறோம், ஆள் நடமாட்டம் இல்லாத இந்தத் தெருவைக் கடந்த உடனே, டவுன்ஷிப் மைதானத்துலதானே ஓட்டப்போறோம்.

“ஏய்... வித்யா, ஒரு நிமிஷம், வண்டிய நிறுத்தேன்.”

கத்தினாள் சுமதி. வண்டி நின்றது. சுமதி சொன்னாள்.

"அதோ பாரேன், அந்த வேப்ப மரத்து நிழல்லே...".

"என்னடி... குப்பைத் தொட்டி இருக்கு".

"உன் கண்ணாடியே ஒழுங்கா போட்டு கிட்டுப்பாரு. குப்பைத் தொட்டியில இருக்கிற குப்பை லேசா அசையுது பாரு".

"ஆமா...சுமு...!"

வண்டியை ஓரமாக நிறுத்திவிட்டு இருவரும், குப்பைத் தொட்டியின் அருகில் போய் பார்த்தார்கள். அசைகின்ற குப்பை, இலை, காகிதங்கள் மத்தியிலிருந்து 'கேரட்' நிறத்தில் ஒரு குட்டி கால் அசைந்து வெளியே எட்டிப் பார்த்தது.

வித்யா வாழை இலை, சிகரெட் அட்டைகள், காகித குப்பைகளை மெதுவாக நீக்கி தள்ளி விட்டுப் பார்த்தாள். உள்ளே, நீல நிற டவலில் சுற்றப்பட்ட குழந்தை தெரிந்தது.

"ஏய்.., குழந்த டீ!" என்றாள் சுமதி.

வித்யா, அப்படியே அணைத்து குழந்தையைத் தூக்கினாள். சுமதி தன் சுடிதாரின் மேல் இருந்த துண்டால் குழந்தையின் மேல் படிந்திருந்த தூசியைத் தட்டினாள்.

"பெண் குழந்தடீ சுமு"

"அழகா இருக்கு இல்ல. கை விரலைப் பாரேன், எவ்வளவு குட்டி குட்டியா இருக்கு!"

வேப்பமரத்து இலைகளின் வழியே வந்த வெய்யில் பட்டு குழந்தை முகம் சுருங்கி சிணுங்கியது.

"இப்படியே குழந்தையோட நின்னுகிட்டு என்னடி பண்றது?" சுமதி கேட்டாள்.

வித்யா பதில் சொல்லாமல் குழந்தை முகத்தையே பார்த்துக்கொண்டிருந்தாள்.

"ஏய்... கண்ணாடி, நான் கேட்டுக்கிட்டே இருக்கேன். நீ என்ன யோசனை பண்றே?"

“ம்... இந்தக் குழந்தை எதிர்காலத்துல சரோஜினி நாயுடு மாதிரி ஒரு கவிஞரோ, மேடம் கியூரி மாதிரி ஒரு விஞ்ஞானியோ, பொது சேவையில் ஒரு அன்னை தெரசாவோ, ஏன் கடமை உணர்வுள்ள ஒரு கிரன் பேடியாகக் கூட வரலாம். யார் கண்டாங்க?”

“இந்த வயசிலே கண்ட கண்ட புஸ்தகமெல்லாம் படிச்சிட்டு கிழவி மாதிரி பேசறே. எனக்கு எங்க புரியுது.”

வித்யா தெருவைச் சுற்றும் முற்றும் பார்த்தாள். தெரு ஆள் நடமாட்டம் இல்லாமல் வெறுமையாக இருந்தது. மேலே வேப்ப மரத்து காகம் மட்டும் இடையிடையே கத்தியது.

“என்ன யோசிக்கிறே வித்யா?”

“குழந்தையப் பெத்த தாய், ஏன் இதை குப்பத் தொட்டியில போட்டிருப்பாங்கன்னு யோசித்தேன்.”

“என்ன கஷ்டமோ! அது கிடக்கட்டும், குழந்தய என்ன பண்ணலாம்?”

“நீ குழந்தயப் பிடிச்சிக்கிட்டு பின்னால உக்கார்.”

“இப்ப எங்கடீ போறோம்?”

“சிசுபவன்.”

*000*

“மதர் இருக்காங்களா” வித்யா கேட்டாள்.

“இருக்காங்க, நீங்க யாரு?” – வேலைக்காரப் பெண் கேட்டாள்.

“அவுங்களப் பாக்கணும்.”

“உள்ளே ஹால்ல வந்து உக்காருங்க கூப்பிட்றேன்.”

குழந்தையோடு சுமதியும், வித்யாவும் ஹாலில் நுழைந்து நீளமான பெஞ்சில் உட்கார்ந்து கொண்டார்கள். ஐந்து வயது சிறுமி ஒருத்தி கீழே உட்கார்ந்து வெள்ளைக் காகிதத்தில் யானை வரைந்து ‘கலர்’ அடித்துக் கொண்டிருந்தாள்.

“வர்ற வழியெல்லாம் எனக்குப் பயமா இருந்தது சுமு, நல்ல வேள எந்தப் போலீசும் நம்ம வண்டிய நிறுத்தி ‘லைசென்ஸ்’ கேக்கல.”

“ஆபத்துக்குப் பாவமில்லை.”

பேசிக்கொண்டிருக்கும்போதே ‘மதர்’ வந்தார். வெள்ளை நிற உடையோடு தலைக்கு முக்காடிட்ருந்தார் அவர், கையில் சிலுவை கோர்த்த ஜெபமாலை இருந்தது.

“யாரு நீங்க... என்ன வேணும்?” அன்போடும் சிரித்த முகத்தோடும் மெல்லிய குரலில் கேட்டார் மதர்.

வித்யா குழந்தையைக் காட்டி நடந்ததை எல்லாம் விரிவாக எடுத்துச் சொன்னாள்.

“அதனால இந்தக் குழந்தைய இங்க கொடுத்துட்டுப் போகலாம்னு வந்தோம்.”

‘மதர்’ குழந்தையை வாங்கிக் கொண்டார். விளையாடிக்கொண்டிருந்த குழந்தைகளை எல்லாம் அழைத்தார் ‘மதர்’ அடுத்த நிமிடமே அவரைச் சுற்றி குழந்தைகள் கூட்டம். அதில் ஊனமுற்ற குழந்தைகளும் உண்டு.

“இன்னைக்கு நம்ம ‘சிசு பவனுக்கு’ இந்தப் புது பாப்பா வந்திருக்கு, எல்லாரும் கையைத்தட்டி பாப்பாவுக்கு வரவேற்பு சொல்லுங்க.”

குழந்தைகள் கைதட்டி ஆரவாரம் செய்தார்கள். மீண்டும் ‘மதர்’ சொன்னார்.

“வித்யா, சுமதி நீங்கதானே இந்தபாப்பாவை கொண்டு வந்தீங்க. நீங்களே ஒரு அழகான பேர் வைய்யுங்களேன்.”

“ஏய் வித்யா அமெரிக்காவிலேர்ந்து வந்து வேலூர்ல ஒரு பெரிய ஆஸ்பத்திரி கட்டினாங்களே அந்த அம்மா பேர் என்ன?”

“ஐடா ஸ்கடர்”

“ஆ...ங் ‘ஐடா ஸ்கடர்’ அந்தப் பேரையே வச்சிட்டா என்ன?”

“சூப்பர் டீ சுமு. நீ குண்டா இருக்கியேதவிர மண்டாஇல்ல.

'மதர்' 'ஐடா ஸ்கடர்' பேர் நல்லாருக்கா?"

'மதர்' சிரித்துக்கொண்டே சுற்றி இருந்த குழந்தைகளிடம் சொன்னார்.

"இந்த பாப்பா பேர் 'ஐடா ஸ்கடர்' எல்லாரும் சொல்லுங்க." குழந்தைகள் எல்லாம் கத்தினார்கள்.

"ஐடா ஸ்கடர்!"

'மதர்' மடியில் இருந்த 'ஐடா ஸ்கடர்' பல் இல்லாத வாயைக் காட்டி லேசாய் சிரித்தது.

## அம்மா என்னை மன்னிச்சிடு...!

**தூ**க்கம் வரவில்லை கபிலனுக்கு.

அவனையே அவனுக்குப் பிடிக்கவில்லை. அம்மாவுக்கு அவன் செய்வது எவ்வளவு பெரிய துரோகம். அவன்மீது அம்மா எவ்வளவு நம்பிக்கை வைத்திருக்கிறாள். அந்த நம்பிக்கைக்குத் தகுந்த மாதிரி தான் நடந்து கொள்ளவில்லையே என்கிற வருத்தம் அவனை வாட்டி எடுத்தது.

அவன் போர்த்தி இருந்த, அம்மாவின் கிழிந்த பழைய புடவை காலைவிட்டு விலகியது. அவன் குளிரை உணர்ந்தான். அப்படியே எழுந்து உட்கார்ந்து அழவேண்டும் போல இருந்தது அவனுக்கு. மெதுவாக கண் திறந்து தலையைத் தூக்கிப் பார்த்தான், சிமினி விளக்கின் வெளிச்சத்தில் அம்மா தூங்கிக் கொண்டிருப்பது நிழலாய்த் தெரிந்தது.

பாவம் அம்மா... விடிந்தவுடன் களை எடுக்கவோ அல்லது கதிரறுக்கவோ போய் விடுவாள். இவன் பள்ளிக்குப் போய் விடுவான். மதியம் பள்ளியிலேயே சத்துணவுச் சாப்பாடு. மாலையில் அம்மா திரும்பி வரும்போது, இவனுக்காக காரசேவோ, அவித்த மக்காச்சோளமோ, அல்லது வேறு ஏதாவது தின்பண்டம் வாங்கி வருவாள்.

போர்வையாகப் போர்த்தியிருந்த அம்மாவின் கிழிந்த பழைய புடவையை இழுத்துப் போர்த்தி சரி செய்து கொண்டான். தரையெல்லாம் சில்லிட்டுக் குளிரெடுத்தது.

வெளியில் புது நாயைத் தூரத்திக்கொண்டு தெரு நாய்கள் ஓடின. பக்கத்து வீட்டு ஆடு தலையை அடிக்கடி ஆட்டும்போது காதுகள் படபடவென்று அடித்துக்கொண்டன.

எதிர்த்த வீட்டில் கட்டியிருந்த எருமை மாட்டின் கழுத்து மணிச் சத்தமும், மாடு வைக்கோலைப் பிடுங்கும் சத்தமும் அவனுக்கு தெளிவாகக் கேட்டன.

கபிலனுக்கு நினைவு தெரிந்து அவன் அப்பாவைப்

பார்த்ததே கிடையாது. வீடு என்று சொல்லிக் கொள்ள இந்தக் குடிசையும், அதோடு ஒரு எருமை மாட்டையும்தான் அப்பா விட்டுச் சென்றார். தொடக்கத்தில் அம்மா பால் வியாபாரம்கூட செய்தாள். எதற்காகவோ தெரியவில்லை போன வருஷம் தான் அஜீம்பாய் வந்து அம்மாவிடம் கொஞ்சம் பணம் கொடுத்து விட்டு எருமையை அவிழ்த்துக் கொண்டு போனார். அப்பொழுது அம்மா தன்னுடைய புடவையால் கண்களைத் துடைத்துக் கொண்டதை இவன்கூட பார்த்தானே.

எவ்வளவு நம்பிக்கை அம்மாவுக்கு... ச்சே... இப்படியெல்லாம் நம்பிக்கைத் துரோகம் செய்திருக்கக் கூடாது! அழுகையாய் வந்தது. படுத்துக் கொண்டே அழுதான் கபிலன். கன்னத்துப் பக்கம் சூடாய்க் கண்ணீர் இறங்கியது. அழுததில் மூக்கடைத்துக் கொண்டது.

வெளியில் எங்கோ ஆந்தை அலறியது.

கபிலன் இன்று அம்மாவுக்கு எதிராகச் செய்த அந்தத் தவறை, துரோகத்தை நினைத்துக் கொண்டான்.

இன்று, காலை அம்மா சுட்டுக்கொடுத்த கேழ்வரகு ரொட்டியைச் சாப்பிட்டுவிட்டு பள்ளிக்குக் கிளம்பினான் கபிலன். தெருவைக் கடந்து... ஆஸ்பத்திரி சந்து பக்கமாகத் திரும்பும்பொழுது எதிரில் கோவிந்தன் வந்தான்.

"என்னடா கபிலா ஸ்கூலுக்கா...?" கேட்டான் கோவிந்தன்.

"ஆமாண்டா... நீ வர்ல."

"இல்லடா."

"ஏன்...?"

"போடா... போரடிக்குது, இன்னைக்கு நான் கட்டடிச்சிட்டு ஜாலியா ஊர் சுத்தப் போறேன், நீயும் வரியா."

"அம்மாடியோவ்... நான் வர்லப்பா. எனக்கு பயமாருக்கு" என்றான் கபிலன்.

ஹூம்... சரியான பயந்தாங்கொல்லிடா நீ! அதெல்லாம் ஒண்ணும் ஆகாது, இன்னைக்கு ஒரு நாளைக்கு மட்டும் கட்

அடிடா.''

''வானான்டாப்பா அது திருட்டுத்தனம்.''

''எங் கிட்டப் பார்... பொரி உருண்டை, மாங்காய், பட்டாணி, எலந்தப்பயம் எல்லாம் வச்சிருக்கேன்.''

இப்படித்தான் மயக்கி கோவிந்தன் கபிலனை பள்ளிக்குப் போகவிடாமல் தன் வழிக்கு அழைத்துச் சென்றான். இருவரும் ரெங்கண்ணா புளியந்தோப்பிற்குப் போய் பகல் முழுவதும் இருந்துவிட்டு, கொண்டு வந்ததை யெல்லாம் பகிர்ந்து சாப்பிட்டு, புளியங்காய் அடித்து ருசி பார்த்து, பட்டறைபோட்டு கோலி ஆடினார்கள். மதியத்திற்குமேல் பக்கத்திலிருந்த ஓடையில் மீன் பிடித்து விளையாடி... மாலை வந்தவுடன் அவரவர் வீட்டுக்குத் திரும்பிப் போய் விட்டார்கள்.

போகும்முன்பு, ''நாளைக்கும் இப்படியே வந்துடலாம்டா, எத்தனை ஜாலியா இருக்கு பார்த்தாயா?'' கோவிந்தன் உசுப்பேத்தினான்.

''கண்டிப்பா வந்திடறேண்டா, ஆனா இதைப்பத்தி என் அம்மாகிட்டே மட்டும் சொல்லிடாதே'' கோவிந்தனிடம் கேட்டுக்கொண்டு வீட்டுக்கு வந்தான் கபிலன்.

அம்மா நொய்யரிசியை சமைத்துவிட்டு, குழம்புக்கு ஒன்றுமில்லாமல் அக்கம் பக்கத்து வீடுகளில் இரவல் குழம்பு வாங்கி வந்து கொடுத்துவிட்டு ''நல்லா சாப்பிடுப்பா... நீ படிச்சி உத்தியோகத்துக்கு போனப்ப நாமே நல்லா சமைச்சி சாப்பிடலாம்'' என்று சொன்ன படியே வாங்கிவந்ததை அவனுக்குக் கொடுத்து விட்டு, உணவில் தண்ணீர் கலந்த சாப்பிட்டுஞ் விட்டு மகனுடன் படுக்கையில் சாய்ந்தாள்.

உடல் அசதியில் ஆழமான தூக்கத்தில் இருந்தாள் அம்மா, ஆனால் கபிலனுக்கு உறக்கமே வரவில்லை. அம்மாவின் கனவினை நினைத்து நெகிழ்ந்தபடி படுத்துக்கொண்டே அழுதான். கன்னத்துப் பக்கம் சூடாய் கண்ணீர் இறங்கியது. அழுததில் மூக்கு அடைத்துக் கொண்டது.

மீண்டும் தலையைத் தூக்கிப் பார்த்தான். சிம்னி விளக்கு எரிந்துகொண்டிருந்தது. அம்மா தூங்கிக்கொண்டிருந்தாள்,

உழைத்த அலுப்பு மகன் பள்ளிக்குப்போய் வந்து இருப்பான் என்கிற எண்ணம் படித்து கிளர்க்காகவோ, ஆபீசராகவோ வருவான் என்கிற கனவு அம்மாவுக்கு.

கபிலன் சத்தம் வராமல் அழுதான். அம்மாவின் நம்பிக்கையை உடைத்ததில் தன் மேலேயே வெறுப்பு.

இனி என்ன செய்வது...? அவனுள் எழுந்த கேள்விகள். ஒரு முடிவுக்கு வந்தவனாய் மெதுவாக சத்தமில்லாமல் எழுந்தான். இதயம் வேகமாக அடித்துக்கொண்டது. எதையும் உணராமல் அம்மா தூங்கிக்கொண்டிருந்தாள்.

அம்மாவுக்கு நேராக காலடிப் பக்கமாக வந்து நின்றான். மெதுவாக குனிந்து தூங்கிக்கொண்டிருந்த அம்மாவின் கால்களைத் தொட்டு கண்களில் ஒற்றிக்கொண்டான்.

“இனிமே இந்தமாதிரி தப்பு பண்ண மாட்டேம்மா... என்னை மன்னிச்சிடும்மா.”

என்று ஓசையில்லாமல் தனக்குத் தானே பேசுவது போல சொல்லிக்கொண்டான்.

மீண்டும் சத்தமில்லாமல் தன் படுக்கைக்கு வந்து படுத்துக்கொண்டான். இப்பொழுது மனதில் பாரம் இல்லை.

அம்மாவின் கனவுகளை இனி எந்தக் காரணம் கொண்டும் கலைக்க மாட்டேன். தீர்மானித்தபடி கண் இமைகளை மூடிப்படுத்த அவனுக்கு, துக்கம் நீங்கி தூக்கம் வந்தது.

# மரங்களும் மனிதர்களும்

**சி**மெண்டைக் கரைத்து ஊற்றிவிட்ட மாதிரி சாம்பல் நிறத்தில் இருந்தது வானம். துண்டுத் துண்டாக மேகங்கள் இங்கும் அங்குமாக மிதந்து கொண்டிருந்தன.

மொட்டை மாடியில் நின்றிருந்த யாழினிக்கு மனசெல்லாம் இயற்கையைப் பற்றிய எண்ணங்களில் நிறைந்து இருந்தது. வாழ்க்கை சுவாரஸ்யமானது. இந்த இயற்கை அற்புதமானது. ஆனால் மனித புத்தி?

விஞ்ஞான வளர்ச்சி என்கிற பெயரில் மனித குலத்துக்கு வேண்டாத கண்டுபிடிப்புக்கள். பிளாஸ்டிக் பொருட்களும், பாலிதின் உறைகளும் இயற்கைச் சூழலை மாசுபடுத்தும் காரணிகளாக மாறிவிட்டன.

...இன்னும் எத்தனை நாட்கள்தான் மனிதன் இயற்கையைச் சூறையாடுகிறான் என்று பார்க்கலாமே!

மரங்கள்... அடடா எவ்வளவு அற்புதமான கடவுளின் படைப்பு! போராட்டம், சாலை மறியல் என்கிற பெயரில் மரங்களை சாலையின் குறுக்காக வெட்டிச் சாய்க்கும் புத்தி பலவீனமுடைய அந்தக் காட்டுமிராண்டிக் கும்பலை எந்த நீதிமன்றம் தண்டிக்கப்போகிறது?

வனப்பாதுகாப்புத்துறையும், மாசு கட்டுப்பாட்டு வாரியமும் நடத்தப் போகின்ற கட்டுரைப் போட்டியில் இதை எல்லாம் கோர்வையாக அழகுபடுத்தி எழுதவேண்டும் என்று நினைத்துக்கொண்டாள் யாழினி.

இந்தப் பூமியில் மரங்களே இல்லாமல் இருந்தால் எப்படி இருக்கும் என்று யோசித்துப் பார்த்தாள் அவள். அய்யோ... நரக வேதனை.

மரங்கள் இல்லாவிட்டால் பூக்கள் எங்கே, காய்கள் எங்கே, கனிகள் எங்கே? மரத்தில் கூடுகட்டி வாழும் பறவைகள் எங்கே? அதற்கும் மேலாக மரம் கார்பன்–டை–ஆக்சைடை

இழுத்துக் கொண்டு வெளியே விடும் ஆக்சிஜன் எங்கே? நிழல் எங்கே–மழை எங்கே? மழையின்றி நீர் எங்கே? அய்யைய்யோ இதென்ன அவலம் நிறைந்த கற்பனை? கற்பனைகூட நல்ல கற்பனையாக இருக்கவேண்டும் என்று மனதைத் திசை திருப்பிக்கொண்டாள் யாழினி.

“உன்னை எங்கெல்லாம் தேடறது யாழினி, கடைசியில நீ மொட்ட மாடியில இருக்க” என்று சொல்லிக் கொண்டே வந்தாள் பூந்கோதை.

“என்ன விஷயம் பூங்கோதை, இப்படி மூச்சு வாங்க ஓடிவர்றே?”

“மூச்சு வாங்கறதாவது மூச்சு விக்கறதாவது ரொம்ப முக்கியமான விஷயம் யாழ், வீராசாமி தாத்தா ‘பவளத் தோப்பை’ விக்கப் போறாராம். தோட்டத்தை வாங்கப் போகிற புது ஆள், அங்கிருக்கிற மரங்களை எல்லாம் வெட்டி சாய்ச்சிட்டு ஏதோ ஓர் அரசியல் தலைவருக்கு சிலை எழுப்பி நினைவு மண்டபமும் கட்டப் போகிறாராம்; எல்லாம் பேசிக்கிறாங்க” அதை சொல்லும்போதே அழுகை வருவதுபோல் ஆகிவிட்டது பூங்கோதைக்கு.

யாழினிக்கு அதிர்ச்சியாக இருந்தது அந்தச் செய்தி.

ஊரின் மேற்குக் கோடியில் மூன்று புறமும் கழுத்தளவு உயரச் சுற்றுச் சுவரும், ஒரு புறம் இரும்புக் கேட்டும் கொண்டதுதான் ‘பவளத்தோப்பு’. நடுவில் ஒரு பெரிய ஆலமரம், இங்கும் அங்குமாக இரண்டு வேப்ப மரங்கள். கிழக்குச் சுவர் மூலையில் ஒரு பெரிய புளியமரமும் இருக்கும்.

சரியான பராமரிப்பு இல்லாததால் சுற்றுச் சுவரின் உட்புறப் பக்கங்களில், எருக்கஞ்செடி, பார்த்தீனியம் செடி இன்னும் பெயர் தெரியாத செடி கொடிகளும் வளர்ந்து கிடக்கும். பவளத் தோப்பின் இரும்பு கேட்டை யாரும் பூட்டுவதும் இல்லை திறப்பதும் இல்லை.

யாழினி, குழலன், பூங்கோதை, கபிலன் உட்பட பல நண்பர்கள் பவளத் தோட்டத்தில் விளையாடுவார்கள். புளியமரத்தின் பழுத்த புளியம்பழம்கூட இனிப்பாக இருக்கும்.

ஆலம் விழுதில் அதிக நேரம் தொங்கி ஊஞ்சல் ஆடினால் உள்ளங்கை சிவந்து எரிச்சல் எடுக்கும் என்பதற்காக ஒரு டயரை கயிற்றால் கட்டி அதை புளியமரத்தில் கட்டித் தொங்கவிட்டு ஊஞ்சல் ஆடுவதே தனி இன்பம்.

இப்பொழுது அந்தப் பவளத் தோப்பை விற்கப் போகிறாராம் வீராசாமி தாத்தா. ஊரில் யாருடனும் பேச்சு வைத்துக் கொள்ளாதவர் தாத்தா, அவர் தெருமுனையில் வந்தாலே தெருவில் விளையாடும் சிறுவர்கள் எல்லாம் ஓடி ஒளிந்து கொள்வார்கள்.

அவரின் கொடுவாள் மீசையும், கருத்த முகமும் கனிவற்ற பார்வையும் பார்க்க பயங்கரமாக இருக்கும். சொந்தம் என்று சொல்லிக் கொள்வதற்கு எந்த உறவினரும் இல்லாதவர் தாத்தா. இரவில் தூங்கும்பொழுது அவர் விடும் குறட்டை ஒலி வீட்டைத் தாண்டி வெளியில் கேட்கும். அதனால் அவருக்கு 'கொர்' தாத்தா என்றும் மற்றொரு பெயர் உண்டு. மேலத்தெரு மாடி வீட்டில் தனியாகக் குடித்தனம், அவர் இராணுவத்திலிருந்து ஓய்வு பெற்றவர் என்றும், அவரிடம் துப்பாக்கி இருக்கிறதென்றும் ஊரில் பேசிக்கொள்வார்கள்.

ஒருமுறை வீட்டில் திருட வந்த இரண்டு திருடர்களை ஒரே அடியில் அடித்து, தனியாகவே இரண்டு தோள்களில் தூக்கிப் போட்டுக்கொண்டு போய் போலீஸ் ஸ்டேஷனில் ஒப்படைத்தாராம். எதற்கும் பயப்படாதவர் வீராசாமி தாத்தா. பாம்புகளை வெறும் கையால் பிடிப்பதில்கூட அவருக்கு மிகுந்த துணிச்சல். யாருமே அடக்கமுடியாத நாட்டாமை வீட்டு காளை மாடு ஒரு நாள் கயிரை அறுத்துக் கொண்டு ஓடியது.

பாய்ந்து ஓடும் காளையைப் பார்த்து, அடக்கத் துணிவு இல்லாமல் ஊர் ஜனமே ஓடி ஒளிந்து கொண்டது. ஆனால் வீராசாமி தாத்தா மட்டும் காளையின் எதிரில் போய் நின்று, மூக்கணாங் கயிறைப் பிடித்து, கொம்புகளைப் பற்றி காளையைக் கீழே தள்ளினார். இப்படி எதற்கும் பயப்படாத வீராசாமி தாத்தாவைப் பார்த்தால் எவருக்கும் பயம்தான்.

அந்தத் துணிச்சல்கார தாத்தா இப்பொழுது பவளத் தோப்பை விற்கப் போகிறாராம். அதை வாங்கப் போகிறவர்கள் மரங்களை

வெட்டிச் சாய்க்கப் போகிறார்களாம். அந்த இயற்கைச் சூழல் நாசமாகப் போகிறது. நினைக்க நினைக்க மனக் கொதிப்பாய் இருந்தது யாழினிக்கு. மரங்களை வெட்ட எப்படித்தான் மனசு வருகிறதோ, இயற்கையின் குடைகள் அவைகள் அவற்றை வெட்ட என்ன உரிமை இவர்களுக்கு.

யாழினியும், பூங்கோதையும் மரம், பறவைகள், பவளத் தோட்டம் வீராசாமி தாத்தா இவைகளைப் பற்றி மிகவும் கவலையோடு பேசிக்கொண்டார்கள்.

“சரி பூங்கோதை இதைப் பற்றி பேசிக்கிட்டே இருந்தா பயன் இல்ல. மரங்கள் வெட்டப்படுவதை நாம தடுத்தாகணும். நாளைக்கு நம்ம நண்பர்கள் கூட்டத்தைக் கூட்டணும், அதுக்கு உடனே ஏற்பாடு செய்யலாம் வா.

*000*

திட்டமிட்டபடி யாழினி, கபிலன், பூங்கோதை, குழலன் அனைத்து நண்பர்களும் புத்த விகாரத்தில் கூடிப் பேசினார்கள்.

“நீ சொல்றது சரிதான் யாழ். ஆனா யார் இதப்பத்தி தைரியமா ‘கொர்’ தாத்தாகிட்ட போய் பேசறது, என்னால முடியாது. அவர் துப்பாக்கிவேற வச்சிருக்காரு.” என்றான் கபிலன்.

“நீ என்ன சொல்ற குழலன்?” என்றாள் யாழினி.

“கொர் தாத்தா மீசையைப் பார்த்தாலே பயமா இருக்கு. நான் போய் எப்படி அவருகிட்ட பவளத் தோப்பை விக்காத தாத்தான்னு சொல்ல முடியும்.” என்றான் குழலன்.

“உண்மைதான் யாழ், நான் உட்பட எல்லாருக்குமே வீராசாமி தாத்தாவ நேர்ல பாத்தா பயம். அதுக்காக நாம பயந்துகிட்டு சும்மா இருக்கவும் முடியாது, நேரடியா அவர் கிட்டப்போய் பவளத் தோப்பை விக்கக்கூடாது மரத்தை வெட்டவும் கூடாதுன்னு சட்டம் போடவா முடியும். மேலும் அது அவரோட சொத்து. அவரோட உரிமை. இதுக்கு நீயே ஒரு யோசனை சொல்லேன் யாழ்.” என்றாள் பூங்கோதை.

“சரி, நல்லா கேட்டுக்குங்க. வீராசாமி தாத்தாவை நேர்ல

போய் பாத்துப் பேசறதுக்குத்தானே நாம பயப்படறோம். நம்முடைய எண்ணத்தை ஒரு பேப்பர்ல எழுதி, அதுல நமது கையெழுத்தெல்லாம் போட்டு, அவருக்கு கடிதம் போட்டா என்ன?''

''சூப்பர் ஐடியா'' என்றான் குழலன். எல்லோரும் இதற்கு ஒப்புதல் அளித்தார்கள்.

*000*

வாசலில் விழுந்து கிடந்த கடிதத்தை எடுத்துப் படித்தார் வீராசாமி தாத்தா.

அன்புள்ள வீராசாமி தாத்தாவுக்கு,

வணக்கம்.

உங்களிடம் நேரில் பேசுவதற்கு எங்களுக்கு பயமாக இருக்கிறது. எனவேதான் கடிதத்தில் பேசுகிறோம், பவளத் தோப்பை விற்கப்போவதாக நாங்கள் கேள்விப்பட்டோம். அதைவிட கசப்பான செய்தி என்னவென்றால் அங்கு இருக்கும் பசுமையான மரங்களை வெட்டி அந்த இடத்தை அழித்து, என்றைக்கோ செத்துப்போன ஓர் அரசியல் தலைவருக்கு சிலை எழுப்பி, மணிமண்டபம் கட்டப்போவதாக தீர்மானம் போட்டிருப்பதுதான். பவளப் தோப்பு உங்கள் சொந்த இடமாக இருந்தாலும், அது நாங்கள் விளையாடும் இடம், அங்கிருக்கும் மரங்களும், பறவைகளும் எங்கள் நண்பர்கள்.

தாத்தா தயவு செய்து யோசித்துப் பாருங்கள். மரங்கள் காலத்தின் சின்னங்கள். மரங்களையும், அந்த இடத்தையும் விற்றால் உங்களுக்குப் பணம் கிடைக்கும். அதே பணம் நீங்கள் நினைத்தால் வேறு வழிகளிலும் சம்பாதித்துக் கொள்ளலாம். அவ்வளவு பெரிய மரங்களை ஒரே நாளில் அழிப்பதுபோல, ஒரே நாளில் உங்களால் வளர்த்துக் காட்ட முடியுமா? அரசியல்வாதிகளுக்கு சிலை இல்லையே என்று உண்மையான பாசத்தோடு யாரும் அழப்போவது இல்லை. ஆனால் மரங்களை அழிப்பது மனித குலத்துக்கே குழி தோண்டும் செயல்.

நாங்கள் வேண்டுவது இதுதான். பவளத்தோப்பை விற்பதும் விற்காமல் இருப்பதும் உங்கள் விருப்பம்–உரிமை. ஆனால் அந்த இடத்தை அழித்து மரங்களை மட்டும் வெட்ட அனுமதிக்காதீர்கள்.

அன்புடன்

**யாழினி மற்றும் நண்பர்கள்**

கடிதத்தைப் படித்து முடித்தவுடன் மடித்து சட்டைப்பைக்குள் வைத்துக் கொண்டு வேகமாக வெளியில் நடந்தார் வீராசாமி தாத்தா.

*000*

ஆலமரத்தடியில் பஞ்சாயத்து.

வீராசாமி தாத்தா நாற்காலியில் உட்கார்ந்திருந்தார். ஊர் ஜனங்கள் கூடி இருந்தார்கள். யாழினி தன் நண்பர்களோடு கைகட்டி பயந்து நின்று கொண்டிருந்தாள். ஊர் நாட்டாமை பேசினார்.

“மொளச்சி மூனு எல உடல. எவ்வளவு தைரியம் இருந்தா பவளத் தோப்பை விக்க வேணாம்னு சொல்லி வீராசாமி தாத்தாவுக்கு கடுதாசி போடுவீங்க.?” என்று அதட்டினார்.

யாழினியும் நண்பர்களும் பதில் ஏதும் பேசாமல் பயந்து நின்று கொண்டிருந்தார்கள். நாட்டாமை தொடர்ந்து பேசினார்.

“நீங்க செஞ்ச தப்புக்கு நான் தண்டனை கொடுக்கப் போறதில்ல. என்ன தண்டனை கொடுக்கலாம்னு வீராசாமி தாத்தாவே சொல்லட்டும்”.

எல்லோரும் வீராசாமி தாத்தாவைப் பார்த்தார்கள். கொஞ்ச நேரம் அமைதி, ஆலமரத்தில் உட்கார்ந்திருந்த காக்கா கத்தும் சப்தம் மட்டும் கேட்டது. யோசனையில் இருந்த தாத்தா பிறகு எழுந்து நின்று உரக்க எல்லோரும் கேட்கும்படி பேசினார்.

“இந்த பிள்ளைகளுக்கு நானே தண்டனை கொடுக்கணும்னு நாட்டாமை கேட்டுக்கிட்டார். உண்மையை சொல்லணும்னா நான் இந்த பிள்ளைகளுக்கு தண்டனை

கொடுக்கப் போறதில்லே. அதுக்குப் பதிலா பரிசுதான் கொடுக்கப்போறேன். என்னுடைய அறிவுக் கண்ணைத் திறந்த ஞானக்குழந்தைகள் இவர்கள். ஒரு மரத்தை வளர்த்து எடுக்கணும்னா எத்தனையோ காலம் பிடிக்கும். அதை நாம சுலபமா வெட்டி சாய்ச்சிடறோம். நானும் அந்தத் தப்பை செய்ய இருந்தேன். எதுக்கு சுத்தி வளைச்சி பேசிக்கிட்டு–நான் பவளத்தோப்பை விக்கறதில்லைன்னு முடிவு பண்ணிட்டேன். அந்த இடத்தை நம்மவூர் பிள்ளைகளுக்கான விளையாட்டு இடமா ஒதுக்கி எழுதி வச்சிடப்போறேன்.

"நம்மவூர் பிள்ளைகள் அந்த இடத்துல விளையாடலாம். அவுங்க ஒவ்வொருத்தரும், ஒரு மரத்தை நட்டு வளர்த்து அதுல அவுங்க பேரை எழுதி மாட்டிக்கலாம். மரம் வளர்ப்பை ஊக்கப்படுத்தவே ஒரு பெரிய தொகையை நான் பேங்குல முதலீடு செய்யப் போறேன். செத்துப்போன அரசியல்வாதிகளுக்கு சிலைவைக்கறதைவிட அவுங்க பேர்ல ஒரு மரத்தை வச்சி பராமரித்து வளர்க்கறதுதான் உண்மையான தொண்டு. இந்தப் பிள்ளைகள் வயசுல சின்னவங்களா இருந்தாலும் எனக்கு ஒரு நல்ல பாடத்தை புகுத்தின ஆசிரியர்களா நான் நினைக்கறேன். இதுக்குமேல சொல்றதுக்கு ஒண்ணுமில்ல."

என்று சொல்லி முடித்து யாருடைய பதிலுக்கும் காத்திராமல் வீராசாமி தாத்தா எழுந்து தன் வீட்டை நோக்கி கம்பீரமாக நடந்து போனார்.

யாழினியும், அவளுடைய நண்பர்களும் தாத்தா நடந்து போகும் திசையை நோக்கி தங்கள் கைகளை தலைக்குமேல் தூக்கி கும்பிட்டபடி நின்றிருந்தார்கள்–கண்களில் ஆனந்தக் கண்ணீரோடு.

# போம்மா இதே வேலை

**ஞா**யிற்றுக்கிழமை காலை.

அம்மா அடுக்களையில் மண்ணெண்ணை ஸ்டவ்வில் காற்று அடித்துக்கொண்டிருந்தார். முரளி ஹாலில் உட்கார்ந்து காலி சிகரெட் பெட்டிகளை அடுக்கி பொம்மை வீடு கட்டிக் கொண்டிருந்தான்.

அம்மா அடுக்களையிலிருந்து குரல் கொடுத்தார்.

"முரளி, அலமாரியில புது ஸ்டவ் பின் இருக்கு. கொஞ்சம் எடுத்துக்கிட்டு வா ராஜா.

"போம்மா எனக்கு வேலை இருக்கு?" என்றான் முரளி.

அம்மா பதில் பேசாமல் ஹாலுக்கு வந்து, அலமாரியில் இருந்த ஸ்டவ் பின்னைத் தேடி எடுத்துக்கொண்டு போனார். சிகரெட் அட்டை வீடு காற்றில் கலைந்து விழுந்தது. முரளி எழுந்து மின்விசிறியை அணைத்துவிட்டு மீண்டும் உட்கார்ந்து சிகரெட் பெட்டிகளை அடுக்க ஆரம்பித்தான்.

சிறிது நேரம் கழிந்தது.

அம்மா நெற்றி வியர்வையை தனது புடவை துணியில் ஒற்றி எடுத்துக்கொண்டு ஹாலுக்கு வந்தாள்.

"முரளி, தெருக்கோடியில இருக்கிற 'நர்மதா ஸ்டோர்ஸ்' போய் ஒரு கிலோ ரவை வாங்கிட்டு வா" என்றார் அம்மா.

"அய்யோ, போம்மா போரடிக்குது. நான் வெளியே போய் விளையாடறேன்" என்று சொல்லிவிட்டு, சிகரெட் பெட்டிகளை அப்படியே அரைகுறையாக விட்டுவிட்டு வெளியே ஓடினான் முரளி.

வரவர முரளியின் போக்கு அம்மாவுக்குப் பிடிக்கவில்லை. முரளி ஐந்தாம் வகுப்பில் படிக்கிற மாணவன். வகுப்பில் எப்பொழுதும் அவன்தான் முதல் மதிப்பெண் பெறக்கூடியவன்.

பேச்சுப்போட்டி, கட்டுரைப்போட்டி, மனப்பாடப்போட்டி இவை அனைத்திலும் முரளிதான் முதலில் வருவான். தேர்வுகளில்கூட அவன்தான் முதலிடம்.

முரளியின் பெற்றோருக்கு இதில் மிகுந்த மகிழ்ச்சி. ஆனால் அம்மாவுக்கு மட்டும் முரளியின் மீது ஒரு வருத்தம் இருக்கவே செய்தது. தான் சொல்லும் சிறிய வீட்டு வேலைகளைக்கூட முரளி கீழ்படிந்து செய்வதில்லை.

முரளியின் இந்தக் கீழ்படியாமையைக் குறித்து அம்மா பலமுறை அப்பாவிடம் சொல்லியாகி விட்டது. அப்பாவும் முரளிக்குப் பலமுறை அறிவுரை சொல்லிப் பார்த்தார். முரளி தன்னைத் திருத்திக் கொள்வதாகத் தெரியவில்லை. இப்படியே நாட்கள் நகர்ந்தன.

மாலை நேரம்.

காந்தி ரோட்டில் ஜன சந்தடி அதிகமாக இருந்தது. ஆட்டோக்கள், இரண்டு சக்கர வாகனங்கள் போக்குவரத்து நெரிசல் அதிகமாக இருந்தது. சுடிதாரில் பல பெண்கள் கையில் பையுடன் அங்காடிக்கு போய் கொண்டிருந்தார்கள். சில குட்டிப் பாப்பாக்கள் வண்ண உடையில் கால்களில் 'விசில்' அடிக்கின்ற 'ஷு' போட்டுக் கொண்டு தங்கள் அப்பாக்களின் கைப்பிடித்து நடந்து கொண்டிருந்தார்கள்.

முரளியின் அம்மா கையில் பையுடன் காந்தி ரோட்டு நெரிசலில் நடந்து சென்றார். அங்கே பிஸ்கட் கடை அருகில் கஸ்தூரி டீச்சர் பிஸ்கட் வாங்கிக் கொண்டிருந்தார்.

கஸ்தூரி டீச்சரைப் பார்த்த முரளியின் அம்மா அவர் அருகில் சென்று... "வணக்கம் மேடம்" என்றார்.

"அட... முரளியோட அம்மாவா...? எங்க இவ்வளவு தூரம்?" என்றார் டீச்சர்.

"டெய்லர் கடைக்கு வந்தேன் மேடம். முரளியோட சட்டை அளவு கொடுத்திருக்கோம், அதை வாங்கிட்டுப் போகலாம்னுதான் வந்தேன்."

இருவரும் பிஸ்கட் கடையின் ஒதுக்குப்புறமாய் நின்று கொண்டார்கள்.

“அப்புறம், வேற என்ன விசேஷம்?” என்றார் டீச்சர்.

“வேற என்ன எல்லாம் முரளியைப் பத்திதான் கவலை.”

“அவன்தான் நல்லா படிக்கிறானே. அவனைப்பத்தி ஏன் கவலைப்பட்றீங்க.? என்றார் டீச்சர்.

“படிப்புல ஒண்ணும் பிரச்சினையில்ல, அவங்கிட்ட கீழ்ப்படிதல் இல்லை மேடம். ஒரு வேலை விட்டா செய்ய மாட்டேன்றான்.” என்று அம்மா ஒன்று விடாமல் முரளியைப் பற்றி, முழுக்கச் சொல்லி முடித்தார்.

“இதை ஏன் நீங்க எங்கிட்ட முன்னாடியே சொல்லல...? சரி இந்த விஷயத்தை எங்கிட்ட விட்டுடுங்க நான் பார்த்துக்கறேன்.” என்றார் கஸ்தூரி டீச்சர்.

மறுநாள்...

முரளியை ஆசிரியர் அறைக்குக் கூப்பிட்டு ஆள் அனுப்பினார் கஸ்தூரி டீச்சர். முரளி வந்தான்.

“முரளி இந்த வாரம் ஞாயிற்றுக்கிழமை காலை பத்து மணிக்கு எங்க வீட்டுக்கு வா, உங்கிட்ட ஒரு விஷயம் சொல்லணும். என்ன வர்றியா இல்லை மறந்துட்ரியா?” என்று கேட்டார் கஸ்தூரி டீச்சர்.

“மறக்காம வரேன் மேடம்” என்றான் முரளி.

சொல்லியபடி ஞாயிற்றுக்கிழமை, முரளி கஸ்தூரி டீச்சர் வீட்டுக்குச் சென்றான். வீட்டு வாசலில் பிரியா குட்டி விளையாடிக்கொண்டிருந்தாள். முரளியைப் பார்த்தவுடன்,

“முரளி அண்ணா, அம்மா பூஜை அறையில் இருக்காங்க, நீங்க வந்தா உள்ளே வரச்சொன்னாங்க” என்றாள் பிரியா.

பூஜையறைக்குப் போனான் முரளி.

“வா முரளி, பூஜையை முடிச்சிட்டு வந்துடலாம்னா ‘பூ’ கெடைக்கல, சரி இந்தக் காகிதப்பூவை வச்சே பூஜை பண்ணிடலாம்னு நெனைச்சிகிட்டு இருந்தேன். பூஜைக்குள்ள நீ வந்துட்ட” என்றார் டீச்சர்.

“ஐய்யைய்யே, என்ன மேடம் காகிதப்பூவெல்லாம்

சாமிக்குப் போடக்கூடாதே'' முரளி சொன்னான்.

"ஏன் போட்டா என்ன தப்பு முரளி, நிஜப் பூவைவிட காகிதப் பூ அழகாயிருக்கே.''

"என்னதான் காகிதப் பூ அழகா இருந்தாலும், அதுல மணம் இருக்காதே, மணமில்லாத பூ பூசைக்கு உதவாது மேடம்.''

"வெரிகுட் முரளி நானும் இதைத்தான் சொல்ல வந்தேன். என்னதான் படிச்சு, முதல் மதிப்பெண் வாங்கினாலும், அப்பா அம்மாவுக்கு கீழ்ப்படிஞ்சி சொல்ற வேலை செய்யாதவங்க இந்த காகிதப் பூ மாதிரிதான். அழகிருந்தும் மணம் வீசாத மலருக்கு ஒப்பானவங்க. இதை நான் ஏன் சொல்றேன்னு புரியுதா முரளி?''

கஸ்தூரி டீச்சர் தன்னை ஏன் வீட்டுக்கு அழைத்தார்கள் என்பதை மட்டுமல்ல, தன் தவறையும் முரளி உணர்ந்துகொண்டான்.

# யாசகம் வேண்டாம்

**ப**ழனி சாரிடம் என்ன பதில் சொல்வதென்று யோசித்தான் தூயவன். அவனுக்கு அழவேண்டும்போல் தோன்றியது.

இதோ இன்றொடு ஆறாவது நாள் ஆகிவிட்டது அவன் பள்ளிக்குப் போய். கொஞ்ச நேரத்துக்கு முன்தான் பக்கத்து தெரு யாழிசை வந்து சொல்லிவிட்டுப் போனாள். காரணம் கேட்பதற்காக மாலை வீட்டுக்கு வரச்சொல்லி இருக்கிறார் பழனி சார்.

எல்லா மாணவர்களின் முன்னிலையிலும் காரணம் கேட்பது அநாகரிகம் என்று தெரிந்துதான் வீட்டுக்கு வரச்சொல்லி இருக்கிறார் பழனி சார். அவர் வீட்டுக்குப் போய் மட்டும் என்ன... குடும்ப கஷ்டத்தை எப்படி அவரிடம் வெளிப்படையாகச் சொல்வது. படிக்க விருப்பமில்லை என்று பொய் சொல்லிவிட வேண்டியதுதான்.

அதோடு பிரச்சினை முடிந்துவிடுமா என்ன? படிக்க விருப்பமில்லாதவனாய் இது நாள்வரை எப்படி முதல் ஐந்து ரேங்க்குகளுக்கு உள்ளே மதிப்பெண் பெற முடிந்தது என்று அவர் கேள்வி கேட்காமல் விட்டுவிடுவாரா?

வேறு எப்படி பதில் சொன்னால் பழனி சார் தன்னை தன் போக்கிலேயே விட்டுவிடுவார் என்று யோசித்தான் தூயவன்.

குடும்ப கஷ்டம்–அதனால் மாணவன் பள்ளிக்குப் போகாமல் நின்று விடுவதும், உடனே ஆசிரியர் அழைத்து மாணவர்களிடம் வசூல் செய்து துணிமணி வாங்கிக் கொடுத்து உதவி, மீண்டும் பள்ளிக்கு வரவழைப்பதுமான எத்தனையோ கதைகளை அவன் பத்திரிகைகளில் படித்து இருக்கிறானே?

இன்று மாலை பழனி சார் வீட்டுக்குப்போக வேண்டும். குடும்பக் கஷ்டத்தை அவரிடம் சொல்லவும் தயக்கம். அதே சமயம் பொய் சொல்லி உண்மையை மறைக்கவும் மனமில்லை. குடும்ப பாரத்தைக் கொஞ்சம் கை கொடுத்து

தாங்கிக் கொள்வதற்காகவே அவன் பள்ளிக்குப் போவதை தியாகம் செய்திருக்கிறான்.

அப்பாவுக்கு சாசநோய் அதிகமாகிவிட்டதையும், அவரால் தொடர்ந்து பீடி சுற்ற முடியவில்லை என்பதையும் அவன் சொல்வதா வேண்டாமா என்று யோசித்தான். பீடி இலை வெட்டிக் கொடுத்துவிட்டு அம்மா வாங்கும் கூலி எந்த மூலைக்கு? கத்தரிப் பிடித்து அம்மாவின் வலதுகை விரல் இடுக்குகூட காய்ப்பு, காய்த்து கிடக்கிறது.

அதற்காகவே முன்பணம் ஐந்நூறு பெற்றுக் கொண்டு அப்பா அவனை, சுற்றிய பீடிகளின் வாய்ப்புறத்தை புர்ணி மூடுவதற்காக, ஏகாம்பரத்திடம் அடகு வைத்திருப்பதை பழனி சாரிடம் எப்படிச் சொல்வது என்று தெரியாமல் யோசித்தான்.

பழனி சார் வீட்டுக்குப் போகாமல் இருந்து விடலாமா என்றால், அவரின் அழைப்புக்கு அவமரியாதை செய்வதாக அர்த்தம். யோசனையில் அவனுக்கு தலை வலித்தது.

கடைசியாக உண்மையைச் சொல்லிவிடுவதென்று முடிவுக்கு வந்தான் தூயவன்.

*000*

முன்புறத் தோட்டத்தில் ஈசி சேர் போட்டு உட்கார்ந்து கொண்டிருந்தார் பழனி சார்.

“வா தூயவா... கூப்பிட்டு அனுப்பின உடனேயே வந்துட்டியே, ஆச்சரியம்தான்!” என்றார் பழனி சார்.

“அதில என்ன சார் ஆச்சரியம்?” என்று அடக்கத்தோடு சொன்னான் தூயவன்.

“ஆச்சரியம் ஒண்ணுமில்லே, நீ ஒரு வாரமா ஸ்கூலுக்கு வராம இருக்கறதுதான் ரொம்ப ஆச்சரியம்,”

தூயவன் பதில் ஏதும் பேசாமல் கைகளைக் கட்டி, தலை குனிந்து மவுனமாக நின்றான்.

“அட என்னப்பா... அதுக்குள்ள சோகமாயிட்டே. நான் என்ன கேட்டுட்டேன், நீ என்ன பேசனணும்னு நெனெக்கிறியோ

அதை தாராளமா எங்கிட்ட சொல்லலாம்.''

தூயவன் தன் குடும்பப் பின்னணி பற்றியும், அதன் பொருளாதார நிலைப் பற்றியும், குடும்பப் பொறுப்பு தன்மீது விழுந்து தனது கல்வியையே விழுங்கிக் கொண்டிருக்கும் நிலை குறித்தும் சுருக்கமாகவும், சோகமாகவும் சொல்லி முடித்தான்.

''பொருளாதாரத் துறையிலே நோபிள் பரிசு வாங்கின அமர்த்தியா சென் போன்ற மேதைகள் பிறந்த நம் நாட்டிலே, பொருளாதார நிலை இப்படி இருக்கிறது ரொம்ப வருந்தக்கூடிய செயல்தான் தூயவா.'' சொல்லி சற்று நேரம் மவுனமாக இருந்தார் பழனி சார். பிறகு அவரே தொடர்ந்து பேசினார்.

''சரி, நாட்டின் அவலங்களை மட்டுமே பேசிக் கிட்டு இருக்கறதுல பயன் இல்லை. இருட்டை ஒழிக்கனணுமேன்னுட்டு இருட்டபத்தியே பேசிக்கிட்டு இருந்தா வெளிச்சம் வந்திடாது. மாறாக ஒரு மெழுகுவத்திய கொளுத்தறதுதான் புத்திசாலித்தனம்.''

''நீங்க என்ன சொல்ல வர்றீங்க சார்?

''கவலைப்படாதே தூயவா. உம்மேல இருக்கிற கடன் தொகையை நான் ஏத்துக்கறேன். உன் படிப்புச் செலவையும் நான் பாத்துக்கறேன். நீ நாளைலேர்ந்து தவறாமல் ஸ்கூலுக்கு வா.''

''மன்னிக்கனும் சார் நான் அதை ஒத்துக்கலே.''

''ஏன் தூயவா'' ஆசிரியர் அதிர்சியோடு கேட்டார்.

''இப்படி யாசகம் வாங்கி படிக்கக்கூடாதுன்னு நான் முடிவுக்கு வந்துட்டேன் சார்.''

''நீ ஏன் இதை யாசகம்னு நெனைக்கிறே. உதவின்னு நெனைச்சுக்கோ.''

''நான் உழைக்கணும்னு ஆசைப்பட்றேன் சார்.''

''நீ ஊழைக்கணும்னு நெனைக்கறது தப்பில்ல தூயவா. ஆனா அதைவிட இந்த வயசுல படிக்கணுமே அதானே முக்கியம்.'' என்றார் பழனி சார்.

''நான் உழைச்சிகிட்டே படிக்கிறேனே சார்.''

“அதுக்காக என்ன செய்யலாம்னு நெனைக்கறே?”

“சார் உங்க நெருங்கின நண்பர் ராதாகிருஷ்ணன். அவர்தான் சார் பஸ்ஸ்டாண்டு முனையில ‘டெலிபோன் பூத்’ வச்சிருக்காரு. அங்க எனக்கு சாயுங்கால நேரத்துல பகுதி நேரமாகவும், ஞா–யிற்றுக்கிழமைகள்ள முழு நேரமாகவும் வேலை வாங்கித் தந்தீங்கன்னா...” என்று இழுத்தான் தூயவன்.

அவன் சொல்லி முடிக்கும் முன்பே பழனி சாரின் கண்களில் கண்ணீர் முத்து கோர்த்தது. அவர் அதை மறைத்துக்கொண்டு பேசினார்.

“நிச்சயம் செய்றேன் தூயவா. எவ்வளவோ வசதிகள் இருந்தும் படிக்க மனசில்லாம எத்தனையோ வசதியான வீட்டுப் பசங்க இருக்கும்போது, நீ உழைச்சிக்கிட்டே படிப்பைத் தொடரணும்னு நெனைக்கிற பாரு. உன்னைப் பாராட்றேன். இன்னைக்கே உனக்கு சிபாரிசு கடிதம் தர்றேன். நீ நல்லா இருக்கணும்–இருப்பே” என்றார்.

“ரொம்ப நன்றி சார், இனிமே நீங்க என்னை வழக்கம்போல வகுப்புல முன் வரிசையில பாக்கலாம் சார்.” என்று நன்றிபெருக்கோடு சொன்னான் தூய்மையான எண்ணம் கொண்ட தூயவன்.

# ஏழ்மையில் நன்மை!

**சி**வா, ரவி, மோகன் மூவரும் ஒன்பதாம் வகுப்பில் படிக்கும் மாணவர்கள்.

சிவாவும், ரவியும் நெருங்கிய நண்பர்கள், மிகவும் வசதி படைத்த குடும்பத்தைச் சேர்ந்தவர்கள். சிவா மாருதி காரிலும், ரவி காண்டெசா காரிலும் தினமும் பள்ளிக்கு வருவது வழக்கம்.

ஆனால் மோகன் அப்படியல்ல. அவன் ஏழ்மையான குடும்பத்தைச் சேர்ந்தவன். அவனுடைய அம்மா வீட்டு வேலை செய்து அவனை படிக்க வைக்கிறார்.

மோகன் பள்ளிக்கு தினமும் நடந்து போவது வழக்கம். அவனுடைய வீட்டிலிருந்து அவனுடைய பள்ளி சுமார் மூன்று கிலோ மீட்டர் தொலைவில் இருந்தது.

மோகனின் ஏழ்மையைக் கருதி சிவாவும், ரவியும் அவனிடம் சரியாக நெருங்கிப் பழகுவது இல்லை. அவர்கள் இரண்டு பேரும் ஏழ்மையைக் கீழ்த்தரமாக கருதினார்கள்.

அதுமட்டுமில்லாது அவர்கள் இரண்டுபேரும் மோகனை கேலி செய்து மகிழ்வதும் உண்டு.

*000*

அன்று பிற்பகல் மோகன் தன் மதிய உணவை சாப்பிட்டு முடித்துவிட்டு வகுப்பறையில் உட்கார்ந்து படித்துக்கொண்டிருந்தான்.

அந்த நேரத்தில் சிவாவும், ரவியும் உள்ளே நுழைந்தார்கள். அவர்கள் மோகன் மட்டும் தனியாக அமர்ந்து படித்துக்கொண்டிருந்ததைப் பார்த்து கேலி செய்ய ஆரம்பித்தார்கள்.

“இதோ பார்டா, சின்சியர் சிகாமணி, விழுந்து விழுந்து படிக்கிறாரு” என்றான் ரவி.

“டேய் அமைதியா பேசு. அவரு வருங்கால கலெக்டர்!” என்றான் ரவி.

“ஐ.,! நல்ல ஜோக்கு. ஸ்கூலுக்கு வர்றதுக்கு சொந்தமா ஒரு சைக்கிள்கூட இல்லை. நாய் மாதிரி மூச்சிறைக்க நடந்து வர்றான். இவரு வருங்கால கலெக்டரா...?” என்று சொல்லி இருவரும் கை கொட்டிச் சிரித்தார்கள்.

இந்த ஏச்சுக்களும், கேலி பேச்சுக்களும் மோகனுக்குப் புதிதல்ல; இருந்தாலும் அவன் மனம் மவுனமாக அழுதது.

கடவுளே! எனக்கு வறுமையைக் கொடுத்திட்டியேன்னு நான் வருத்தப்படலை. இந்த நிகழ்ச்சிகளை எல்லாம் பொறுத்துக்க எனக்குப் பொறுமையைக் கொடு என்று மனதுக்குள் வேண்டினான்.

சிவாவும், ரவியும் இன்னும் ஏதேதோ சொல்லி கேலி செய்து சத்தமாகச் சிரித்துக் கொண்டிருந்தார்கள்.

ஒரு வாரமாக சிவா பள்ளிக்கு வரவில்லை. ரவியும் ஏதோ சோர்ந்து காணப்பட்டான். இதை கவனித்த மோகன், ரவி தன்னைத் திட்டினாலும் பரவாயில்லை. அவனுடன் பேசி ஆறுதல் மொழி கூறலாம் என்று எண்ணி அவனை மெதுவாக அணுகினான்.

“ஏன் சோகமாக இருக்கே ரவி” என்றான்.

“சிவா ஒரு வாரமா ஸ்கூலுக்கு வரலியே, அதுதான் எனக்கு மனச் சங்கடமா இருக்கு.”

“நானே கேக்கணும்னு இருந்தேன். ஏன் சிவா ஒரு வாரமா ஸ்கூலுக்கு வரலே” என்றான் மோகன்.

“அவனுக்கு ஏதோ கடுமையான ஜீரமாம். கேள்விப்பட்டேன். நானும் இன்னும் அவனைப் போய் பார்க்கலை,”

“இன்னும் நாம போய் பார்க்காவிட்டால் தப்பு ரவி. இன்னைக்கு ஸ்கூல் முடிஞ்சதும் நாம போய்ப் பார்த்துட்டு வரலாமா?” என்றான் மோகன்.

“சரி” என்றான் ரவி.

அன்று மாலை பள்ளி முடிந்தது. தன்னை அழைத்துப் போக

வந்த கார் டிரைவரிடம் தான் நடந்து வருவதாகச் சொல்லி காரை அனுப்பி விட்டு மோகனுடன் சேர்ந்து சிவா வீட்டுக்குப் புறப்பட்டான் ரவி.

000

சிவா வீடு.

சிவா படுக்கையில் இருந்தான். அவன் கட்டில் அருகில் இருந்த டீப்பாயின்மேல் இருந்த கண்ணாடி டம்ளரில் சாத்துக்குடி ஜீஸ் இருந்தது. பக்கத்தில் ஹார்லிக்ஸ் பாட்டில் இருந்தது.

ரவியும், மோகனும் அருகில் சென்று நலம் விசாரித்தார்கள்.

"இப்ப எப்படி இருக்கு சிவா?"என்று கேட்டான் ரவி.

"பரவாயில்லை ரவி. இன்னும் மூன்று நாள் ஓய்வுக்குப் பிறகு நான் ஸ்கூலுக்கு வந்திடுவேன்."

"என்ன சிவா... எப்படி திடீர்னு ஜீரம்?" என்றான் மோகன்.

மோகனைப் பார்க்க வெட்கமாக இருந்தது சிவாவுக்கு. மேலும் அவன் கேட்ட கேள்விக்கு பதில் சொல்லவும் தயக்கமாக இருந்தது. இருந்தாலும் அவன் சொன்னான்.

"என்னை மன்னிச்சிடு மோகன். உன்னை எப்படியெல்லாம் கேலி செஞ்சேன்" குரல் தழு தழுத்தது சிவாவுக்கு.

"என்ன சிவா! ஜுரத்துக்கும், நீ என்னைக் கிண்டல் செய்ததுக்கும் என்ன சம்பந்தம்?" என்றான் மோகன்.

"நான் சரியா வியர்வை வருகிற அளவுக்கு விளையாடலையாம் அதனால தான் என்உடம்பு ஆரோக்கியமா இல்லை அப்படின்னு டாக்டர் சொல்லிட்டார். குறைந்த பட்சம் நான் தினமும் நடைப் பயிற்சியாவது செய்யணும். அப்பெழுதுதான் உடம்புக்கு நோய் வராதுன்னு சொல்லிட்டார்" என்று சொன்ன சிவா மேலும் தொடர்ந்து சொன்னான்.

"நீ ஸ்கூலுக்கு நடந்து வருவதை நான் எத்தனைமுறை கேலி செய்தேன். என்னை மன்னிச்சிடு மோகன்."

இதையெல்லாம் கவனித்த ரவி சொன்னான்.

"சிவா நானும் காரிலேயே வர்றேன். என்னோட உடம்பு ஆரோக்கியமும் கெட்டுப் போகலாம். அதனால நாம மூன்று பேரும் இனிமே ஸ்கூலுக்கு நடந்தே போனா என்ன?" என்று தன் விருப்பத்தைத் தெரிவித்தான்.

"நான் சொல்ல நினைச்சதை நீயே சொல்லிட்ட ரவி. நடைப்பயிற்சி உடம்புக்கு உண்மையிலேயே நல்லது. இதை இத்தனைநாள் உணராமல் போயிட்டோமே?" என்றான் சிவா.

"இனிமே நமக்கு உடம்பு ஆரோக்கியம் மட்டும் முக்கியமல்ல, யாரையும் கேலியாகவோ, ஏளனமாகவோ பேசக்கூடாது. அப்படிப்பட்ட மன ஆரோக்கியமும் தேவை" என்றான் ரவி.

இவர்களின் மன மாற்றத்தைக் கண்டு மோகன் மகிழ்ச்சி அடைந்தான். 'ஏழ்மையிலும் தனக்கு நன்மையே' என்று மனதில் நினைத்துக் கொண்டான்.

# அண்டங் காக்கை

**அ**ரியும், தேவாவும் மிகவும் நெருங்கிய நண்பர்கள். எங்கு சென்றாலும் அவர்கள் இணைந்தே செல்வது வழக்கம். பள்ளிக்குச் சென்றாலும் சரி, விளையாடினாலும் சரி, இருவரும் ஒருவரை ஒருவர் விட்டுப் பிரிந்ததே கிடையாது.

சென்ற வாரம்கூட அரியும், தேவாவும் சேர்ந்தே 'சர்க்கஸ்' போய் பார்த்துவிட்டு வந்தார்கள், அவர்கள் இருவரும் ஒரே வகுப்பில் படிக்கும் மாணவர்கள். வகுப்பில் யார் எப்படியாவது சண்டை போட்டுக் கொண்டாலும், இவர்கள் இருவரும் ஒற்றுமையாகவே இருப்பார்கள்.

அன்று திங்கட்கிழமை அரியும், தேவாவும் பள்ளிக்குச் சென்று கொண்டிருந்தார்கள். அன்று அவர்கள் வழக்கமாகச் செல்லும் சாலையை வேலையாட்கள் பழுது பார்த்துக் கொண்டிருந்தார்கள். சாலையில் ஜல்லி கொட்டி தார் போட்டுக் கொண்டிருந்தார்கள். 'ரோடு ரோலர்' உருண்டு சாலையை மிதித்து அழுத்திக்கொண்டே சென்றது.

இருவரும் அந்தப் பாதையைக் கடந்து, வேறு பாதை வழியாகச் சென்றார்கள், அந்தப் பாதையில் செழுமையான மரங்களும், பசுமையான செடிகளும் கண்ணுக்கு இனிமையாக காட்சி அளித்தன.

வயல் ஓரங்களில் விதவிதமான மஞ்சள், சாம்பல் நிறம் மற்றும் ஊதா நிறக் குருவிகளும், வேறு வகையான பறவைகளும் இனிமையான ஒலி எழுப்பிக் கொண்டிருந்தன. அவை கூட்டமாய் இப்படியும் அப்படியும் பறந்தன. சில குருவிகள் குதித்து குதித்து கம்பங் கதிர்களை கொத்தித் தின்றன.

பாதையில் ஆங்காங்கே சில வீடுகள் இங்கும் அங்குமாய் இருந்தன. சில வீடுகள் குடிசை வீடுகளாகவும், சில வீடுகள் மாடி வீடுகளாகவும் இருந்தன. அரியும், தேவாவும் பள்ளிக்கு நேரமாகிவிடவே இந்த இனிமையான காட்சியை ரசிக்கக்கூட முடியாமல் வேகவேகமாக நடந்தார்கள்.

வழியில் ஒரு கட்டிட வீடு தெரிந்தது. அந்தக் கட்டிட வீட்டைச் சுற்றி சுற்றுச் சுவர் எழுப்பி இருந்தார்கள். அங்கே அந்தச் சுற்றுச்சுவர் மீது ஒரு அண்டங்காக்கை உட்கார்ந்து கொண்டு அப்படியும் இப்படியும் எதையோ பார்த்துக் கொண்டிருந்தது. அதைப் பார்த்த தேவா, ''அய்யய்யோ! அரி, அங்க பாருடா ஒரு அண்டங்காக்கா...'' என்று கத்தினார்.

''ஏன் தேவா கத்துற?'' என்றான் அரி.

''டேய் அரி புரியாம பேசாத. ஒரு அண்டங்காக்காவப் பாத்தா அபசகுணம்டா! நமக்கு இன்னைக்கு வகுப்புல செமத்தியான அடி கெடைக்கும்.''

''சரியான மூடநம்பிக்கைக்காரனா இருக்கியே! அதெல்லாம் ஒண்ணும் கெடையாது சரி... சரி... வா ஸ்கூலுக்கு லேட்டாகுது என்று அவசரப்படுத்தினான் அரி.

''வேண்டாம் அரி. ஸ்கூல் போனா நமக்கு அடி கெடைக்கும் நாம ரெண்டு பேரும் வீட்டுக்குத் திரும்பிப் போயிடலாம் வா...'' என்றான் தேவா.

''வேண்டாம் தேவா... இன்னைக்கு அறிவியல் டீச்சர் முக்கியமான பாடம் நடத்தப்போறதா சொல்லி–யிருக்கிறார். அதனால நாம ரெண்டு பேரும்...'' அரி சொல்லி முடிக்கவில்லை. உடனே தேவா அவனை முந்திக்கொண்டு சொன்னான். ''நீ வேணும்னா போ அரி. நான் வரலே...'' தேவா வர மறுத்து விடவே, அரி மட்டும் பள்ளிக்குச் சென்றான்.

*000*

வகுப்பில் ஆலிஸ் டீச்சர் அறிவியல் பாடம் நடத்திக் கொண்டிருந்தார். கரும்பலகையில் பற்களின் அமைப்பை அழகாக வரைந்து அதன் வகைகளை விளக்கி, பால் பற்கள், நிலையான பற்கள் எவ்வாறு தோன்றுகின்றன என்று கூறிக்கொண்டிருந்தார். பற்களுக்கு ஏற்படும் நோய்களைச் சொல்லி, தினமும் காலையிலும், இரவிலும் பல் துலக்க வேண்டும் என்று சொல்லிக்கொண்டிருந்தார். அரி அக்கறையோடு பாடத்தை கவனித்துக் கொண்டிருந்தான்.

அப்போது இரண்டு ஆயாம்மாக்கள் இரண்டு பெரிய கூடைகளுடன் வகுப்பில் நுழைந்தார்கள். ஆலிஸ் டீச்சரிடம் ஏதோ சொல்லி அனுமதி வாங்கிக் கொண்டு, ஒவ்வொரு மாணவருக்கும் வரிசையாக ஒரு லட்டு பொட்டலத்தை கூடை-யிலிருந்து எடுத்துக் கொடுத்தார் ஆயாம்மா. இன்னொருவர் ஆளுக்கொரு வாழைப்பழம் கொடுத்தார்.

எல்லா மாணவர்களுக்கும் இனிப்பும், பழமும் வழங்கி முடித்தவுடன் கூடைகளைத் தூக்கிக் கொண்டு அடுத்த வகுப்பிற்குச் சென்றார்கள். இரண்டு ஆயாம்மாவும் சென்றவுடன் அரி எழுந்து ஆலிஸ் டீச்சரிடம் கேட்டான். ''மிஸ்... எதுக்காக இன்னைக்கு எல்லாருக்கும் இனிப்பும் பழமும் தருகிறார்கள்?''

“இன்னைக்கு அன்னை தெரசா பிறந்த நாள். அதைக் கொண்டாடுவதற்காகத்தான் நமது தலைமை ஆசிரியர் துவாரகநாத் எல்லா மாணவர்களுக்கும் தன்னுடைய செலவிலேயே இனிப்பும், பழமும் ஏற்பாடு பண்ணி-யிருக்கிறார்'' என்றார் டீச்சர். இதைக் கேட்டவுடன் எல்லா மாணவர்களின் முகங்களும் சந்தோஷத்தால் பிரகாசித்தன.

“சரி... மாணவர்களே! இப்போது பாடத்தை கவனியுங்கள்'' என்று சொல்லி பாடம் நடத்துவதைத் தொடர்ந்தார் ஆலிஸ்.

*000*

பள்ளி முடிந்து அரி நேராக தேவா வீட்டிற்குச் சென்று அவனைச் சந்தித்தான். தனக்கு கிடைத்த இனிப்பையும், பழத்தையும் சரிபாதியாகப் பங்கிட்டு தேவாவிற்குக் கொடுத்தான்.

“ஏதுடா இதெல்லாம்?'' என்று ஆச்சரியத்துடன் கேட்டான் தேவா.

“இன்னைக்கு அன்னை தெரசா பிறந்த நாள். அதனால துவாரகநாத் சார் அவரோட செலவிலேயே எல்லா மாணவர்களுக்கும் இனிப்பு பழம் கொடுத்தார். எனக்கு கெடைச்சதுல உனக்கும் பாதி குடுக்கலாம்னு வந்தேன்

அதான்...''

"நானும் இன்னைக்கு வகுப்புக்கு வந்திருந்தா எனக்கும் லட்டு கெடைச்சிருக்கும்'' என்று சங்கடமாய்ச் சொன்னான் தேவா.

"உனக்குத்தான் மூடநம்பிக்கை அடிவிழும்னு பயந்தியே. டேய் தேவா, நான் கூடத்தான் இன்னைக்கு ஒரு அண்டங்காக்காவைப் பார்த்தேன். எனக்கு அடிகெடைச்சதா என்ன? அதுக்குப் பதிலா இனிப்புதானே கெடைச்சது?

"உண்மைதான்டா அரி! இது எனக்குப் புரியாமப் போச்சு'' என்றான் தேவா.

"தேவா... நாம போகிற பாதையும் மனசில நினைக்கிற எண்ணமும் சரியாக இருந்தால் எப்போதும் நன்மையே நடக்கும். நாம வீட்டுப்பாடம் சரியா செய்யத் தவறினாலோ அல்லது ஒழுக்கமில்லாம நடந்தாலோ நமக்கு தண்டனை நிச்சயம் கிடைக்கும். அதை உணராம நாம மூடநம்பிக்கையை வளர்த்துக்கிட்டா வாழ்க்கைப்பாதையிலே முன்னேற முடியாது'' என்றான் அரி.

"இன்னையோட மூடநம்பிக்கைக்கு முற்றுப்புள்ளி வச்சிடுறேன் அரி'' என உறுதியுடன் சொன்னான் தேவா. இருவரும் இன்முகத்தோடு சிரித்துக் கொண்டே இனிப்பு சாப்பிட ஆரம்பித்தார்கள்.

# மனத்தோட்டம்

**த**மிழாசிரியர் பரமசிவம் வகுப்பில் பாடம் நடத்திக்கொண்டிருந்தார்!

தன் கைக்கடிகாரத்தை கழட்டி மேசையின் மீது வைத்துவிட்டு பாடம் நடத்துவது அவருடைய வழக்கம். இன்றும் அதுபோலவே தன் கடிகாரத்தை மேசைமீது கழட்டி வைத்து விட்டு திருக்குறளை விளக்கிக் கூறிக்கொண்டிருந்தார்.

"பிறருடைய பொருட்களை நாம் திருடுவது குற்றம். அதேபோல மற்றவர்களுடைய பொருட்களை 'திருடிக்கொள்ளலாம்' என்று மனதில் நினைப்பதே மிகப் பெரிய குற்றம், இதையே வள்ளுவர்–

'உள்ளத்தால் உள்ளலும் தீதே பிறன் பொருளைக் கள்ளத்தால் கள்வேம் எனல்' என்கிறார்.

ஆகவே மாணவர்களே, நாம் தீய பழக்கமோ அல்லது திருட்டுப் பழக்கமோ இல்லாமல் வள்ளுவர் வழி நடப்போமாக" என்று கூறி முடித்தார் பரமசிவம்.

பள்ளி மணி அடித்தது.

பரமசிவம் வகுப்பை விட்டுவெளியேறினார். போகும் அவசரத்தில்அவர்தன்கைக்கடிகாரத்தைஎடுக்கமறந்துவிடவே, அது அப்படியே மேசைமீது கிடந்தது.

மாணவர்கள் வரிசையாக வகுப்பை விட்டு வெளியேறினார்கள். ஸ்ரீராம் மட்டும் கடைசியாக வெளியேறினான். வகுப்பை விட்டு வெளியே வருவதற்கு முன்பு மேசை மீதிருந்த கடிகாரம் அவன் கண்ணில் பட்டது.

மாணவர்கள் அனைவரும் வெளியே போய் விட்டார்களா என்று அவன் சுற்றும் முற்றும் பார்த்தான். அவனை கவனிக்க யாரும் அங்கு இல்லை. எனவே அவன் கடிகாரத்தை எடுத்து தன் புத்தகப் பையிலே போட்டுக்கொண்டு வேகமாக

வெளியேறினான்.

000

மறுநாள் தமிழ் வகுப்பு.

வகுப்பில், முகத்தில் பீதியோடு உட்கார்ந்திருந்தான் ஸ்ரீராம். கடிகாரத்தை எடுக்கும்போது யாராவது தன்னை கவனித்து விட்டிருப்பார்களா என்று பயந்து கொண்டிருந்தான் அவன்.

தமிழாசிரியர் பரமசிவம் உள்ளே நுழைந்தார். ஸ்ரீராமுக்கு பயம் அதிகரித்தது. இருந்தாலும் அவன் வெளியே காட்டிக்கொள்ளவில்லை. இயல்பாக இருப்பது போலவே இருந்தான்.

தமிழாசிரியர் மாணவர்களைப் பார்த்துக் கேட்டார்.

"நேற்று என் கடிகாரத்தைக் காணோம். யாராவது பார்த்தீர்களா?"

"நாங்கள் பார்க்கவில்லை அய்யா..." என்று மாணவர்கள் கூறினார்கள்.

"கவனமறதியா நான்தான் எங்கேயாவது வைத்துவிட்டு இருப்பேன். ஒழுங்காகத் தேடினால் கிடைக்கும். சரி... சரி... இன்று புத்தர் பாடம் எல்லோரும் கவனியுங்கள்" என்று கூறி விட்டு பாடம் நடத்த ஆரம்பித்தார்.

ஸ்ரீராமுக்கு பாடத்தில் மனம் ஓடவிடவில்லை. இதயம் 'திக் திக்' கென அடித்துக்கொண்டிருந்தது. அவனால் இயல்பான மனநிலைக்கு வர முடியவில்லை.

"இன்றைய பாடம் இதோடு முடிந்தது." என்று பரமசிவம் கூற சரியாக பள்ளி மணி ஒலித்தது.

000

அன்று மாலை.

பரமசிவம் தன் வீட்டுத்தோட்டத்தில் இருந்தார். அவர்

வெள்ளை நிற பனியனும், லுங்கியும் அணிந்திருந்தார். தோட்டத்தில் வளர்ந்திருக்கும் தேவையற்ற புல், பூண்டு செடிகளை வெட்டி, களை எடுத்துக்கொண்டிருந்தார்.

தோட்டம் மிகவும் அழகாக இருந்தது. அங்கே அழகிய வெள்ளை ரோஜாக்களும், சிவப்பு நிற ரோஜா மலர்களும் பூத்துக் குலுங்கி வாசம் வீசிக்கொண்டிருந்தன.

அப்போது ஸ்ரீராம் தயங்கித்தயங்கி அவரிடம் வந்தான். மெதுவாக அவரை அழைத்தான்.

“அய்யா...”

“அடடே... வா ஸ்ரீராம். என்ன செய்தி இன்னைக்கு வீடு தேடி வந்துட்டே?” என்றார்.

“நேத்து உங்க கைக்கடிகாரத்தை நான்தான் எடுத்தேன் அய்யா. இந்தாங்கய்யா கடிகாரம். என்னை மன்னிச்சிடுங்கய்யா” என்று கடிகாரத்தை அவரிடம் கொடுத்தான்.

“இனிமே இந்த மாதிரி தப்பெல்லாம் பண்ண மாட்டேன் அய்யா. என்னை மன்னிச்சிடுங்க” என்று அழுதுகொண்டே அவர் கால்களில் விழுந்தான்.

பரமசிவம் எதுவும் பேசாமல் வேகமாக தன் வீட்டினுள் நுழைந்தார்.

ஸ்ரீராம் பயத்தோடு நின்று கொண்டிருந்தான். பரமசிவம் ஒரு சிறிய திருவள்ளுவர் சிலையை கொண்டு வந்தார்.

“இதோ பார் ஸ்ரீராம். மனிதர்களுடைய மனம் இந்த அழகிய மலர்த்தோட்டம் மாதிரி. ‘ எப்படி இந்த மலர்த்தோட்டத்துல தேவையில்லாத புல், பூண்டு விளையுதோ, அதே மாதிரி நம் மனத்தோட்டத்துல தீயஎண்ணங்கள் தொடர்ந்து வளரும். அதை நாம்தான் அடிக்கடி களை எடுக்கவேண்டும்” என்றார்.

“உண்மைதான் அய்யா. நான் அதை உணர்ந்திட்டேன்” என்று கண்களைத் துடைத்து கொண்டே கூறினான் ஸ்ரீராம்.

“உன் தவறை நீ உயர்ந்திட்ட இல்ல. அதுக்காக உனக்கு நான் தரும் பரிசு இந்தா” என்று கூறி அந்தச் சிறிய திருவள்ளுவர் சிலையை ஸ்ரீராமிடம் கொடுத்தார் பரமசிவம்.

ஸ்ரீராம் அதை மகிழ்ச்சியோடு வாங்கிக்கொண்டான். இப்போது அவன் மன நிம்மதியோடு திருவள்ளுவர் சிலையைத் தாங்கியபடி வீட்டை நோக்கி நடக்க ஆரம்பித்தான்.

# மவுனமும் மன்னிப்பும்

**பூ**ந்தொட்டியில் ஒரே ஒரு ரோஜா மட்டும் பூத்துக் குலுங்கி கொண்டிருந்தது.

அன்பரசி அதை பார்த்துக்கொண்டே யோசனையில் இருந்தாள். முதலில் மொட்டு விட்டு பிறகு ஒவ்வொரு இதழாகப் பிரிந்து மெதுவாக மலர்ந்து, நின்று கொண்டிருக்கும் அந்த ரோஜாப் பூவை பார்ப்பதற்கு எவ்வளவு சந்தோஷமாக இருக்கிறது!

பூவின் அடிப்பகுதியில் காம்பும், அதை ஒட்டின மாதிரி பச்சைப் பசேலென்று ஒட்டிக் கொண்டிருக்கும் இலைகளும்...ப்...பா எப்படித்தான் இதற்கு இத்தனை அழகு வந்து ஒட்டிக்கொள்கிறதோ... எந்த ஓவியன் இதற்கு சாயம் பூசுகிறான்.?

நாளைக்கு இந்த ரோஜாவை பறித்துக் கொண்டுபோய வகுப்பறையில் கரும்பலகைக்கு மேலே இருக்கும் நேரு போட்டோவுக்கு சூட்ட வேண்டும் என்று நினைத்துக் கொண்டாள்.

நேருவைப் பற்றி நாளைக்குப் பாடம் நடத்தப்போவதாக தமிழாசிரியர் சொல்லி இருக்கிறார். ஒருவகையில் அது பொருத்தமாகத்தான் இருக்கும்.

"என்ன அன்பு ரோஜாப்பூவை பார்வையாலேயே சாப்பிடுவே போலிருக்கே..." என்று கேட்டுக் கொண்டே வந்தான் தமிழரசன்.

"அடடே தமிழரசனா வாஞ்வா. என்ன இன்னைக்கு எங்க வீட்டு தோட்டத்துப் பக்கமா வந்துட்டே."

"உன்னப் பாத்துப் பேசிட்டுப் போலம்னுதான் வந்தேன் அன்பு. நீதான் நான் வர்றதுகூட தெரியாம பூவையே பாத்துகிட்டு இருக்கே. அதுல என்ன அவ்வளவு விசேஷம்?"

“யோசனைதான்”

”பூவப் பத்தியா?”

“பூவப் பத்தி, பூவ படச்ச சாமியப்பத்தி, மனுஷனபத்தி... எல்லாத்தப் பத்தியுந்தான் யோசனை”

“என்ன யோசிச்சே அன்பு?”

“ஆதாம் காலத்துலேர்ந்து அணு ஆயுதக்காலம் வரைக்கும் மனித குலம் முன்னேறிடுச்சி. கற்காலத்திலேர்ந்து கம்யூட்டர் காலம் வரைக்கும் எவ்வளவோ முன்னேற்றம். விஞ்ஞானக் கண்டுபிடிப்புகளும் அதிகமாயிடுச்சி. எதையெதையோ தயாரிக்கிற மனுஷன், இதோ இந்த ரோஜாப் பூவுல இருக்கிற மென்மையான ஒரே ஒரு இதழை சுயமா தயாரிக்க முடியுமான்னு யோசிக்கிறேன்.

“அம்மாடி... உன்னோட யோசனை எங்கேயோ போ–யிடுச்சி.” என்றான் தமிழரசன்.

“சரி. அதிருக்கட்டும். நீ என்ன விஷயமா பேசிட்டுப் போவலாம்னு வந்தே.?” என்று கேட்டாள் அன்பரசி.

“நாம்பாரு பேச வந்ததை விட்டுட்டு எதையெதையோ கேள்வி கேட்டுகிட்டு இருக்கேன். அதான் நம்ம சுமா இருக்காளே அவளபத்திதான்.”

“ஏன் சுமாவுக்கு என்ன?”

“இல்ல அன்பு. உன்ன அப்படி மனசு நோவுற மாதிரி கிண்டல் பண்றா, அவளுக்கு ரொம்பதான் கர்வம். உன்னமட்டுமில்ல. நம்ம வகுப்பில படிக்கிற எல்லாரையும் அவமதிச்சிப் பேசுறா. நீ என்னடான்ன அவள எதிர்த்து ஒரு வார்த்தைகூட பேசாம சும்மா சிரிக்கிறியே.” என்றான் தமிழரசன்.

“நான் கோவப்படனும்னு நெனைக்கிறியா தமிழ்?”

“கண்டிப்பா... கோவப்படாட்டிகூட பரவாயில்ல. அவளோட போக்குக்கு நீ எதிர்ப்பாவது தெரிவிக்கணும்.”

“இதபாரு தமிழ்... கோவப்பட்றதால இது வரைக்கும் இந்த உலகத்துல ஒரே ஒரு சின்ன நன்மைகூட விளைஞ்சதில்லே. வரலாறு புத்தகத்துல படிச்சா, எல்லா போர்களும் யோசனை

இல்லாத கோவத்துனால உண்டானதுன்னு நீ புரிஞ்சிக்குவே.''

''சும்மா ஒழுங்கீனமா நடந்துக்கிறாளே அதுக்குக்கூடவா நாம எதிர்ப்பு தெரிவிக்கக்கூடாது?''

''ஒழுக்கம் அல்லது ஒழுங்கீனம்னு நீ எதை சொல்ற தமிழ்.?''

''மத்தவங்களுக்கு கெடுதல் செய்யாம இருக்கறது ஒழுக்கம்.''

''உண்மைதான். நான் என்ன சொல்றேன்னா, மத்தவங்க ஒழுக்கமா இல்லைங்கறதுக்காக அதிகப்பிரசங்கித்தனமா அதை திருத்திக்கச் சொல்லி அறிவுரை சொல்றதுகூட ஒழுங்கீனம்தான்.''

''நீ என்ன சொல்ல வர்றே அன்பு.''

''அதாவது மற்றவர்களுடைய குறைகளை, ஒழுங்கினத்தை, பலவீனத்தைப் புரிஞ்சி, அதுக்குத்தகுந்த மாதிரி பொறுத்துப் போவதுதான் ஒழுக்கத்திலும் சிறந்த ஒழுக்கம்,'' என்றாள் அன்பரசி.

''இல்லை அன்பு. நான் ஒத்துக்கமாட்டேன். உதாரணத்துக்கு இதோ இந்த ரோஜாப் பூவைப்பாரேன்.'' என்று தொட்டியில் பூத்திருந்த ரோஜாப் பூவை காட்டினான் தமிழரசன். காட்டிவிட்டு அவனே தொடர்ந்து பேசினான்.

''இல்ல இந்த ரோஜாவிலே முள் இருக்கே எதுக்காக. மற்றவர்கள் பறிக்கும்போதோ அல்லது ஆடு மாடுகள் கடிக்க வரும்போதோ தன்னைப் பாதுகாத்துக்கொள்ள குத்தும், அது ரோஜாப் பூவோட ஒழுங்கின்மையா?''

''இல்ல. ரோஜாப்பூ முள்ளால குத்தறது தப்பில்ல. ஏன்னா அதுக்குப் பேச வராது. வாய் இல்லை. ஆனா நமக்குத்தான் வாய் இருக்கே. நாம மற்றவங்களை வார்த்தையால திருப்பிக்குத்தாம அவர்களுடைய தவறுகளைப் புரியும்படி உணர வைக்கலாமே.''

''உங்கிட்ட பேசவே முடியாது அன்பு. சரி... நான் இன்னும் வீட்டுக் கணக்குப் போடல. நேரமாச்சி வரட்டுமா.?''

''அதெல்லாம் முடியாது. இவ்வளவு தூரம் வந்துட்டே, வீட்டுக்கு வந்து கொஞ்சம் மேரி பிஸ்கட்டும், காபியும்

சாப்பிட்டுதான் போவனும்.'' என்றாள் அன்பரசி.

000

மறுநாள்.

பனித்துளி முத்துக்களோடு இருந்த ரோஜாவை பறித்துக் கொண்டுபோய் வகுப்பறையில், கரும்பலகைக்குமேல் இருந்த நேருவின் படத்துக்குச் சூட்டினாள் அன்பரசி.

சமூக அறிவியல் ஆசிரியர் பாடம் நடத்தினார். அன்னை தெரேசாவின் பிறப்பு வளர்ப்பு குறித்தும், அவருடைய இந்தியக் குடியுரிமை பற்றியும் பாடம் நடத்திவிட்டு, இறுதியாக அன்னையின் சமூகத் தொண்டு குறித்து சொல்லி முடித்தார்.

"அன்னை தேரேசாவைப்போல யாரெல்லாம் சமூக சேவை செய்யத் தயாரா இருக்கீங்க?'' என்றார்.

வகுப்பில் ஒருவர் விடாது அனைவரும் கை தூக்கினார்கள்.

"அப்படீன்னா இரண்டாவது பீரியட் ஆசிரியர் இன்னைக்கு லீவு. நம்மோட பள்ளி தோட்டத்துல நிறைய பார்த்தீனியம் செடி புதர் மாதிரி வளர்ந்து கிடக்கு அதைக் களை எடுக்க நாமெல்லாம் போவோமா?'' என்றார் ஆசிரியர்.

வகுப்பில் அனைவர் முகத்திலும் உற்சாகம். அனைவரையும் அழைத்துக் கொண்டு பள்ளித் தோட்டத்திற்கு சென்றார் அவர். அந்த இடம் புதரும் பொந்துமாக இருந்தது. மாணவர்கள் வேலையில் ஈடுபட்டார்கள். அவர்களுக்காக தேனீர் ஏற்பாடு செய்யச் சென்றார், ஆசிரியர்.

000

"இத பார் அன்பு, மரியாத கெட்டுடும். நான் வேலை செய்யற பக்கமா நீ ஏன் வந்து செடிகளை பிடுங்குற?'' என்று அன்பரசியைப் பார்த்துக் கேட்டாள் சுமா.

"இப்ப நான் என்ன செஞ்சேன் நீ எம்மேலே கோவப் பட்றே?'' அன்பரசி கேட்டாள்.

"ச்சி... வாயமூடு. உன் தகுதி என்ன, என் தகுதி என்ன, ஸ்கூலுக்கு நீ நடந்து வர்றே. நான் கார்ல வர்றேன். என் பக்கத்துல நிக்கக்கூட உனக்கு, யோக்கிதை கெடையாது. நல்லா படிக்கிற திமிர் உனக்கு. நாளைக்கே நான் எல்லா பாடத்துக்கும் டியூஷன் வச்சா உன்னைவிட நல்லா படிப்பேன்."

அதற்குமேல் சுமாவிடம் பேச்சு கொடுக்க அன்பரசி தயாராக இல்லை. அவள் சற்று விலகிப்போய் அங்கு வளர்ந்திருந்த களைகளையும், பார்த்தீனியம் செடிகளையும் பிடுங்க ஆரம்பித்தாள்.

திடீரென்று... யாருமே எதிர்பாராத நேரத்தில் வீறிட்டு அலறினாள் சுமா. சப்தம் கேட்டு, வேலை செய்து கொண்டிருந்த எல்லா மாணவர்களும் சுமா இருக்கும் இடத்தைப் பார்த்தார்கள். பயத்தில் உதறிக்கொண்டு நின்றிருந்தாள் சுமா. அவள் எதிரில் சற்று தள்ளி படம் எடுத்தபடி நின்றிருந்தது ஒரு பெரிய நல்ல பாம்பு.

கொஞ்சம் நகர்ந்தாலும் சுமாவைக் கொட்டிவிடும் தூரத்தில் இருந்தது அது. மரண பயத்தில் இதயம் துடிக்க சிலைபோல நின்றிருந்தாள் சுமா.

யார் என்ன செய்வதென்றே புரியாமல் எல்லா மாணவர்களும் பயத்தில் நின்றிருந்தார்கள். பயத்தில் நின்றிருந்தது அந்தப் பட்டாளம், அப்பொழுதான் அன்பரசி சுமாவிடம் சொன்னாள்.

"சுமா பயப்படாதே. பயப்படாம அப்படியே நில்லு." என்று சொல்லி கீழே இருந்த ஒரு நீண்ட குச்சியை எடுத்துக் கொண்டு மெதுவாக அடி எடுத்துவைத்து பாம்பை நோக்கி நடந்தாள். குச்சியை படம் எடுத்து நின்ற நல்ல பாம்பின் கழுத்துப் பகுதியில் வைத்து வேகமாக வீசித் தள்ளினாள். ஒரு கயிறு துண்டுபோல அது தூரப்போய் விழுந்து, உடனே சர்ரென ஊர்ந்து வேலியோரத்துப் பொந்தில் போய் மறைந்தது. மாணவர்கள் உற்சாகத்தில் கை தட்டினார்கள்.

"சரி சரி... யாரும் நேரத்தை வீணாக்காம வேலை செய்யுங்க." என்று தானும் வேலை செய்யப் போனாள் அன்பரசி. மாணவர்கள் சலசலப்போடு வேலையைத் தொடர்ந்தார்கள்.

சுமா மட்டும் வெட்கமும், நன்றியுணர்வும் முகத்தில் தெரிய, சப்தமில்லாத அழுகையோடு வந்து அன்பரசியின் கைகளைப் பிடித்துக் கொண்டாள். பேசவார்த்தைகள் கிடைக்கவில்லை சுமாவுக்கு.

அவளின் மவுனமான அழுகை மன்னிப்புக் கோருதலின் அடையாளம். அந்த அமைதியான கண்ணீர் சுமாவின் தவறுகளை சுத்தமாகக் கழுவிய நீர் என்று உங்களுக்கும் தெரியுமே.

வீரச் செயல் புரிந்த சிறுவர்களுக்கான ஜனாதிபதி விருது இந்த வருடம் யார் வாங்கப் போகிறார்கள் என்று உங்களுக்குச் சொல்ல வேண்டுமா என்ன?

# கேலி

**வி**த்யாவுக்கு அழுகையாக வந்தது. இருந்தாலும் அவள் கஷ்பப்பட்டு அடக்க முயன்றாள்.

சர்மிளாவைவிட வித்யா குள்ளமானவள். வித்யாவின் குள்ள உருவத்தைக்கண்டு சர்மிளா அடிக்கடி கேலி செய்வது வழக்கம். இதனால் வித்யாவுக்கும், சர்மிளாவுக்கும் அடிக்கடி சண்டை ஏற்படுவதும், சில நேரங்களில் இருவரும் ஒருவரோடு ஒருவர் பேசாமல் போய் விடுவதும் வழக்கம்.

ஆனால் புவனா, வித்யா, சர்மிளா மூன்று பேரும் எட்டாம் வகுப்பு 8 'அ' பிரிவில் பயிலுபவர்கள். புவனாவுக்கு அந்த வகுப்பில் எதிரிகளே கிடையாது. அனைவரும் சக தோழிகளே.

இன்று வழக்கத்துக்கு மாறாக, சர்மிளா சற்று அதிகமாகவே கிண்டல் அடித்துவிடவே, வித்யா அழுதே விட்டாள். சர்மிளா தன்னை 'குள்ளச்சி' என்று கூப்பிடுவதை வித்யாவால் பொறுத்துக்கொள்ள முடியவில்லை. அவளுக்கு அழுவதைத்தவிர வேறு வழி தெரியவில்லை.

புவனா தன் தோழிகள் இருவரையும் கண்டு வருத்தப்பட்டாள். 'உருவு கண்டு எள்ளாமை வேண்டும்' என்று ஆசிரியை ஷீலா கற்றுத்தந்த திருக்குறளை மறந்துவிட்டு இப்படிப்பேசுகிறாளே சர்மிளா, என்று எண்ணிக்கொண்டாள்.

கேலி செய்து சிரிக்கும் சர்மிளாவை அடக்குவதா அல்லது அழுகின்ற வித்யாவுக்கு ஆறுதல் சொல்வதா என்று விழித்தாள் புவனா. இவர்களின் சண்டைக்கு நிரந்தரமாக ஒரு தீர்வை ஏற்படுத்த வேண்டும் என்று மனதிற்குள் திட்டம் தீட்டினாள் அவள்.

காலாண்டுத்தேர்வு முடிந்திருந்தது. எல்லோரும் விடுமுறையில் இருந்தார்கள். அன்று மாலையில் வித்யா வீட்டுக்குப் போனாள் புவனா. வித்யா ஒரு ஆங்கில நாவலைப் படித்துக் கொண்டிருந்தாள். புவனாவை பார்த்தவுடன்

புத்தகத்தை மூடி வைத்துவிட்டு வரவேற்றாள்.

"வா புவனா... என்ன திடீர்னு?"

"ஒண்ணுமில்ல வித்யா. நாளைக்கு சாயங்காலம் மறக்காம என் வீட்டுக்கு வந்துடு."

"ஏன் ஏதாவது விசேஷமா?" என்றாள் வித்யா.

"அப்படியெல்லாம் இல்ல. பொம்மைக் கொலுவுக்கு நானே கொலு அமைச்சிருக்கேன். அதுக்காகத்தான் கூப்பிடறேன்."

சமையலறையில் இருந்து வித்யாவின் அம்மா இரண்டு தம்ளரில் காபி கலந்து கொண்டு வந்து கொடுத்தார். புனாவும், வித்யாவும் அதை வாங்கிக் குடித்துக்கொண்டே பேசினார்கள்.

"ஏய் என்ன புவனா... எனக்கு மட்டும் இங்க வேலை இருக்காதா? நான் உங்க வீட்டுக்கு வந்துட்டா எப்படி? என்றாள் வித்யா.

"அதெல்லாம் ஒன்னும் பேசக்கூடாது. கண்டிப்பா மறக்காம வந்துடணும். சரியா?" என்று சொன்ன புவனா, காபி குடித்த காலி தம்ளரை டீப்பாயின் மீது வைத்தாள்.

"சரிடியம்மா... நீ சொன்னா வராம இருக்க முடியுமா? வந்துடறேன்."

"ஆ... அப்புறம் ஒரு விஷயம். சர்மிளாவையும் நாளைக்கு எங்க வீட்டுக்கு கூப்பிட்டு இருக்கேன். உனக்கு ஒண்ணும் பிரச்சினை இல்லையே?" என்றாள் புவனா.

"எனக்கு பிரச்சனை இல்லை புவனா! அவதான் என்னை எதிரியா நெனைக்கிறா. கேலி பண்றா. நான் ஒண்ணும் அவளை எதிரியாகவே நினைக்கவில்லை.

"எது எப்படியோ... நீ நாளைக்கு எங்க வீட்டுக்கு வந்துடறே. ஓ.கே!"

சொல்லி வைத்தபடி வித்யாவும், சர்மிளாவும் தனித்தனியாக வந்து சேர்ந்தார்கள். ஆனால் இருவரும் முகம் கொடுத்துப் பேசிக் கொள்ளவில்லை. இருவரையும் கண்ட புவனா, அவர்களை வரவேற்று, பொம்மைக் கொலு இருக்கும் அறைக்கு அழைத்துச் சென்றாள்.

புவனா அழகாக கொலு அமைத்திருந்தாள். பொம்மைக் கொலு ஒரு வித்தியாசமான உலகமாய்க் காட்சி அளித்தது. புலியின் பக்கத்தில் யானை நின்றிருந்தது. புலியைப்பார்த்து, பயந்து ஓடாமல் மான் நின்றிருந்தது. மூலையில் குண்டு வயிறு செட்டியார் பொம்மை தலை ஆட்டிக்கொண்டிருந்தது. ஒரு பக்கம், இசைக் கருவிகள் வாசித்தபடி கல்யாண ஊர்வலப் பொம்மைகள் நின்றிருந்தன. நாய் பொம்மை அமைதியாக தன் முன்னங்கால்களில் தலைவைத்துப் படுத்திருந்தது. நாயின் பக்கத்தில் பயப்படாமல் பூனை நின்றிருந்தது.

மார்பளவு ஏசுவின் பொம்மை, பக்கத்தில் வாமன அவதார பொம்மை குடை பிடித்தபடி நின்றிருந்தது ஆழ்ந்த தியானத்தில் புத்தரும், அவருக்குப் பக்கத்தில் 'யாமிருக்கப் பயமேன்' என்று கையில் வேலோடு முருகர் பொம்மையும் இருந்தன. நீலநிற கிருஷ்ணர் தலையில் மயில் இறகுடன் புல்லாங்குழல் வாசித்தபடி நின்றிருந்தார். இசையில் மயங்கிய பசுக்கள் அமைதியாக நின்றிருந்தன. கீழே கடைசியாக ஈர மணலில் நவதானியங்கள் முளையிட்டு வளர்ந்திருந்தன.

கொலுவைக் கண்ட வித்யாவும், சர்மிளாவும் ஆச்சர்யத்தில் மூழ்கி அமைதியாக நின்றிருந்தார்கள்.

"கொலு எப்படி இருக்கு வித்யா?" என்றாள் புவனா.

"சூப்பர் புவனா!"

"என்ன சர்மிளா, பொம்மையைப் பார்த்து அமைதியா–யிட்ட, என்ன யோசனை?" என்றாள் புவனா.

"இல்ல புவனா... இந்தப் பொம்மை உலகத்தைப் பார்த்தியா எவ்வளவு ஒற்றுமை.?"

"என்ன சொல்ற நீ...?"

"உண்மையைத்தான் சொல்றேன். அதோ பாரு, நாய் அது பக்கத்துலேயே பூனை. நாய் கடிக்கவும் இல்லை. பூனை பயந்து ஓடவும் இல்லை. புலி பக்கத்துல பாரு மான், அதுங்க ரெண்டும் சண்டை போடுதா பாறேன்! இல்லையே! பொம்மைகள், உயிரற்ற பொருள்கள்தான். அதுல ஒரு ஒற்றுமையைப் பாத்தியா...?" என்று சர்மிளா, தன் கலங்கிய

கண்களைத் துடைத்துக் கொண்டாள்.

"ஏய், இருக்குப் போயி ஏண்டி அழறே......?" என்றாள் புவனா.

"எனக்கும், வித்யாவுக்கும் ஒற்றுமையே இல்லையேன்று நினைச்சிதான் வருத்தப்படறேன். அதுக்கு நான்தானே காரணம்?" எனறு கூறிய சர்மிளா வித்யாவிடம் திரும்பிச் சொன்னாள். "என்னை மன்னிச்சிடு வித்யா. இனிமே நான் உன்னை கேலி செய்ய மாட்டேன். இது சத்தியம்!" என்றாள்.

"சர்மிளா அதை நான் அப்பவே மறந்துட்டேன். நான் அதைப் பெரிசாவே எடுக்கல" என்றாள் வித்யா.

"அதாவது நாம 'பொம்மைகள்' மாதிரி சண்டையில்லாம ஒற்றுமையா இருக்கணும். அவ்வளவுதானே சர்மிளா?" என்றாள் புவனா. மூவரும் வாய்விட்டுச் சிரித்தார்கள்.

குண்டு வயிறு செட்டியார் பொம்மையும் மூவரையும் பார்த்து, தலையாட்டிச் சிரித்தது.

www.ingramcontent.com/pod-product-compliance
Lightning Source LLC
LaVergne TN
LVHW060413051026
849518LV00007B/2529
* 9 7 8 8 1 9 5 0 5 0 2 5 3 *